இனியொரு விதி செய்வோம்

AF765044

இரா. குழந்தை அருள்

சங்கர் பதிப்பகம்
15/21, டீச்சர்ஸ் கில்டு காலனி,
2வது தெரு, இராஜாஜி நகர் விரிவு,
வில்லிவாக்கம், சென்னை - 600 049
தொலைபேசி : 044 - 2650 2086 / 9444191256
email : shankar_pathippagam@yahoo.com
web : www.shankarpathippagam.in

www.bookthagam.com

இனியொரு விதி செய்வோம் / Inioru Vithi Seivom

இரா. குழந்தை அருள் / Era. Kulanthai Arul
© வெளியீட்டாளர்கள்

பதிப்பு	:	2019
விலை	:	₹. 100/--
மொத்த பக்கங்கள்	:	112
வெளியிட்டோர்	:	சங்கர் பதிப்பகம், 15/21, டீச்சர்ஸ் கில்டு காலனி, 2வது தெரு, இராஜாஜி நகர் விரிவு வில்லிவாக்கம், சென்னை-600 049 தொலைபேசி : 044 - 2650 2086 / 9444191256
ISBN No.	:	978-93-87655-56-0
ஒளி அச்சு	:	பாலா கிராஃபிக்ஸ்
முன் அட்டை	:	N. ரமேஷ்
அச்சிட்டோர்	:	எம்.கே.கிராபிக்ஸ், சென்னை - 600 021

இரா. குழந்தை அருள்
தூய நெஞ்ச சகோதரர்கள் இல்லம்
9 வடக்கு மேட்டுத்திடல் சாலை
பாளையங்கோட்டை - 627 002
திருநெல்வேலி மாவட்டம்
கைபேசி:9751846239
மின்னஞ்சல்: kulandaiarul2016@gmail.com
முகநூல்: facebook.com/kulandaiarul

மதிப்பீடுகள் மாறுவதில்லை

இளம் பருவத்திலேயே ஆளுமைப் பண்புகளை வளர்த்து சிறப்பான முறையில் தங்கள் திறன்களை வளர்த்துக் கொண்டவர்கள் மட்டுமே வாழ்க்கையில் மகத்தான வெற்றியைப் பெறுகிறார்கள்.

ஆளுமை என்பது பல முக்கியப் பண்புகளின் தொகுப்பு.

நாம் ஒவ்வொருவரும் சமூகத்தில் ஓர் அங்கம். நம் ஒவ்வொரு பண்புகளும் சமூக மக்களைச் சார்ந்திருப்பதற்குத் தேவையான அடிப்படைப் பண்புகள் ஆகும்.

சமுதாயத்தில் ஒருவரோடு ஒருவர் பழகும்போது இப்படித்தான் நடந்து கொள்ள வேண்டும் என்று தெளிவாக வரையறுக்கப்பட்ட நடைமுறை விதிகள் இல்லை. ஆனால் குடும்பமாக வாழும் சூழலிலும் அலுவலகங்களிலும் ஆலைகளிலும் பணிபுரியும் சூழலிலும் அல்லது பலர் கூடும் பொது அரங்குகளிலும் நாம் சில நடைமுறைகளைத் தாங்கிப் பிடித்துத்தான் வாழ்ந்து கொண்டிருக்கிறோம். அது அனைவருக்கும் ஏற்புடையதாகவும் மகிழ்ச்சி அளிப்பதாகவம் அமை கிறது. இவற்றைப் பழக்க வழக்கங்கள் என்று கூறலாம்.

இத்தகைய பழக்க வழக்கங்கள் மாறிவரும் பண்பாட்டுச் சூழல்களால் மங்கிப் போகின்றன, மாறிப் போகின்றன அல்லது மறைந்து போகின்றன.

பழக்க வழக்கங்கள் மாற்றம் அடைகிறபோது ஒரு சாரார் அதை ஏற்றுக்கொள்ள இயலாமல் வேதனை அடைகின்றனர். மாறிவரும் தலைமுறையினரைப் பார்த்துப் பரிதாபம் கொள்கின்றனர். தாங்கள் நல்லன என்று கண்டு அதன் நெறியிலேயே வாழ்ந்த மூத்த தலைமுறையினர்தான் இவர்கள்.

ஆனால் இன்றைய இளைய தலைமுறையினர் மாறிவரும் பண்பாட்டுச் சூழலில் எளிதாகத் தங்களை இணைத்துக் கொள்கின்றனர். அது தங்களுக்கு சௌகரியம் என்றும் உணர்கிறார்கள். ஆனால் மூத்த தலைமுறையினரிடம் மதிப்பும் மரியாதையும் கொண்டு அவர்களின் நெறிகாட்டலில் வாழ்வதற்குச் சம்மதிப்பவர்கள் மாறிவரும் பண்பாட்டுச் சூழல்களில் மயங்கிப் போவதில்லை. முன்னோர்களின் நிழலில் பயணிப்பதில் ஆனந்தம் அடைகின்றனர்.

அன்றாடம் நம் வாழ்வில் பலரைச் சந்திக்கிறோம். எல்லோரும் நம்மை ஈர்த்துவிடுவதில்லை. எவரோ ஒருவரின் ஒரு செயல் நம்மை ஈர்த்து விடுகிறது. அந்த நபரின் செயல் ஒரு நல்ல பழக்கமாகத் தெரிகிறதே என்று நம் மனதிற்குள் அவரின் பழக்கத்தின் நிமித்தம் அவர்மேல் நமக்கு மரியாதை வருகிறது. அந்தப் பழக்கத்தை நாமும் பின்பற்றுகிறோம். மனதிற்குள் மகிழ்ச்சி பிறக்கிறது. எனவே அந்தப் பழக்கம் தொடர் பழக்கமாக வாழப்படுவதால் அது வழக்கமாகிறது. எனவேதான் இதைப் பழக்க வழக்கம் என்று கூறுகிறோம்.

பழக்க வழக்கங்கள் தனிநபர்களாலும் சமுதாயத் தாலும் போற்றப்படுகின்றன. நெடுநாள் பழக்கவழக்கங் கள் மரபுத்தன்மை கொண்டவையாகின்றன. மரபுத்தன்மை யில் ஊறிப்போனவர்களுக்கு மாறிவரும் சூழல்களை ஏற்பது சிரமமாகிறது. மரபுத்தன்மையின் அருமை தெரியாதவர்கள் பழக்க வழக்கங்களைப் பெரிது படுத்துவதில்லை. பழக்க வழக்கங்களின் உட்பொருள் தெரியாததனாலேயே காலப்போக்கில்

அவை வெறும் சம்பிரதாயங்களாகி பின் வழக்கொழிகின்றன. பழக்க வழக்கங்களையே நடத்தை அல்லது வாழ்வியல் நடைமுறை என்கிறோம்.

இந்த நடத்தைக்கு முந்தைய நிலை ஒன்று உண்டு. அதைத்தான் பண்புநலன்கள் அல்லது குணநலன்கள் என்கிறோம். பண்புநலன்கள் மிக்கவர்களை சமுதாயம் மதிப்புடன் அணுகுகிறது. இல்லாதவர்களை விட்டுவிலகி நிற்கவே விரும்புகிறது. பண்பு நலன்களுக்கு ஓர் ஈர்ப்பு சக்தி எப்பொழுதும் உண்டு. பண்பு நலன்களின்படி வாழ்பவர்களை ஒழுக்கசீலர் என்றும் பண்பு நலன்களின்படி வாழாதவர்களை துஷ்டர்கள் என்றும் சமுதாயம் முத்திரை குத்திவிடுகின்றது.

பண்பு நலன்கள் என்பதிலிருந்து ஒருபடி முன்னேறினால் மனித வாழ்வின் எல்லா நிலைகளிலும் அடிநாதமாய், ஆதார சுருதியாய் விளங்கும் வாழ்வியல் அற்புதங்களைக் காணலாம். அவைதான் வாழ்வியல் மதிப்பீடுகள் அல்லது வாழ்வியல் விழுமியங்கள்.

வாழ்வியல் விழுமியங்களில், வாழ்க்கை நெறிகள், நல்ல விருப்பங்கள் பொது குணநலன்கள், திறன்கள் ஆகியவை உள்ளடங்கும்.

மனித வாழ்வு வளம் பெறுவதற்கான விழுமியங்கள் பொறுமை, விடா முயற்சி, கடின உழைப்பு, நேர்மை, அன்பு, இரக்கம், இனிமை, பணிவு, மரியாதை போன்றவையே விழுமியங்கள் எனப் போற்றப்படுகின்றன.

வளரிளம் பருவத்தினரிடையே இந்த விழுமியங்களை வளர்த்தெடுப்பதற்கான முயற்சியில் ஈடுபடுவது சாலச் சிறந்தது.

இத்தகைய விழுமியங்களில் சில இந்நூலில் விவரிக்கப்பட்டுள்ளன. வாழ்வியல் விழுமியங்களின் படியே வாழ்ந்திட இனியொரு விதி செய்வோம். அதை எந்த நாளும் காப்போம்.

இரா. குழந்தை அருள்

உள்ளே...

01

நாளைய மன்னர்கள்

இன்றைய மன்னர்கள் நேற்றைய இளைஞர்கள்.

இன்றைய இளைஞர்கள் நாளைய மன்னர்கள்.

நேற்றைய இளைஞர்கள் அனைவருமே இன்று மன்னர்களாக இருக்கிறார்களா?

இதுதான் நம்முன் நிற்கும் கேள்வி.

'இளைஞர்களே.. நீங்கள்தான் வருங்கால மன்னர்கள்..' என்று மேடையில் சோடா குடித்துக் கொண்டே அள்ளிவிடும் பேச்சாளர்களை நீங்கள் பார்த்திருப்பீர்கள்.

அவரது பேச்சைக் கேட்டுப் புல்லரித்துப் போயிருப்பீர்கள். மிகப் பெரிய அரியணையில், பலரும் பயபக்தியோடு 'சலாம்' போட பந்தாவாக இருப்பதைப் போன்ற ஒரு வீடியோ காட்சி உங்கள் உள்ளுக்குள்ளே ஓடி உங்களைப் பரவசப்படுத்தி இருக்கும்.

ஆனால் நீங்கள் அனைவருமே நாளைய மன்னர்களாகிவிட முடியுமா?

அப்படி அனைவருமே மன்னராகி விட்டால் நாட்டில் மன்னர்கள் மட்டும்தான் இருப்பார்கள்.

அந்தப் பேச்சாளர் சொல்வது உண்மை என்றால் நேற்றைய இளைஞர்கள் எல்லோரும் இன்று மன்னர்களாக ஜொலித்துக் கொண்டிருக்க வேண்டுமே!

அப்படி நடந்திருக்கிறதா?

இல்லை.

நேற்றைய இளைஞர்களில் குறிப்பிட்ட ஒருசிலர் மட்டுமே சிறப்பான வாழ்க்கையை வாழ்கிறார்கள்.

நிறைய பேர் பேராழியில் சிக்குண்டவர்களைப்போல எங்கே போனார்கள் என்பதே தெரியவில்லை.

காலம் அவர்களை விழுங்கி ஏப்பமிட்டுவிட்டது.

மண்ணுக்குள்ளும், சேற்றுக்குள்ளும் சிக்கி மேலே எழும்பி வரவே முடியாத நிலையில் திணறிக் கொண்டிருக்கிறார்கள்.

அப்படியானால் அந்தப் பேச்சாளர்கள் பேசியது பொய்யா?

அவர்களின் பேச்சு வெறும் ஜாலமா?

தவறா?

நிச்சயமாகக் கிடையாது.

அவர்களின் பேச்சு தவறே கிடையாது.

உண்மையில் தவறு அனைத்தும் இளைஞர்களுடையது மட்டுமே.

கொஞ்சம் யோசித்துப் பாருங்கள்.

உங்களில் ஒருசிலர் உயர் வாழ்க்கையை வாழ்கிறபோது ஏன் உங்களால் மட்டுமே அது முடியாமல் போயிற்று?

முன்னேற்றத்தை எட்டிப் பிடித்தவர்களிடம் இருந்த ஏதோ சில அம்சங்களை நீங்கள் தவறவிட்டிருக்கிறீர்கள்.

அதுதான் உண்மை.

எதைத் தவறவிட்டீர்கள்?

அதைத்தான் நீங்கள் ஆராய்ந்து பார்க்க வேண்டும்.

காலங்கடந்த பிறகு ஆராய்ச்சி செய்வதால் என்ன பலன்

கிடைத்துவிடப் போகிறது என்று நினைக்கலாம்.

உங்களுக்கு ஒருவேளை பலன் கிடைக்காமல் போனாலும், இன்றைய இளைய சமூகத்துக்கு அது வழிகாட்டியாக இருக்கும் அல்லவா?

அதற்காகவாவது நீங்கள் ஆராய்ச்சி செய்வது நல்லதுதானே!

இதில் இன்னும் ஒரு முக்கிய விஷயத்தையும் நீங்கள் கவனத்தில் கொள்ள வேண்டும்.

அதாவது மன்னர்களாக ஜொலிக்கிறவர்கள் அனைவருமே வரலாறு படைக்கும் மன்னர்களாக இருப்பார்களா என்றால் அதுவும் கேள்விக்குறிதான்.

ஒருசிலரால் மட்டுமே வரலாறு படைக்க முடியும்.

இங்கே மன்னர்கள் என்றால் நாட்டின் தலைவர் என்று மட்டும் எடுத்துக் கொள்ள வேண்டாம். பெரிய பெரிய பதவிகளில் இருப்பவர்கள் எல்லோருமே மன்னர்கள்தான்.

அதாவது டாக்டராக இருக்கலாம். பொறியாளராக இருக்கலாம். மிகப் பெரிய எழுத்தாளராக இருக்கலாம். வெளிநாடு சென்று கோடியில் சம்பாதிக்கலாம்.

இப்படி வாழ்க்கையில் முன்னேறியவர்கள் அனைவருமே மன்னர்கள்தான்.

ஒரு சிலரால் மட்டுமே இப்படியான உயரத்தில் நிமிர்ந்து நிற்க முடிகிறது.

ஏன் அப்படி?

அந்தக் கிராமத்திற்கு ஒரு துறவி வந்திருந்தார். அவர் முற்றும் அறிந்த மாமுனி என்று அங்குள்ள மக்கள் பேசிக் கொண்டனர். அவரிடம் சென்று தங்கள் எதிர்காலத்தைப் பற்றி அறிந்துகொண்டனர்.

அவ்வூரில் இருந்த குறும்புக்கார இளைஞன் ஒருவன் அந்தத் துறவியால் பதில் சொல்ல முடியாமல் திணறக்கூடிய வகையில் கேள்வி ஒன்றைக் கேட்க வேண்டும் என்று நினைத்தான். பட்டாம்பூச்சி ஒன்றைத் தனது இரு உள்ளங்கைகளுக்குள் வைத்து மூடியவாறு அந்தத் துறவியிடம் சென்றான்.

'என் கைகளில் உள்ள பட்டாம்பூச்சி உயிருடன் இருக்கிறதா, இல்லையா என்று சொல்லுங்கள்' என்றான்.

அதாவது துறவி, 'உயிருடன் இருக்கிறது' என்று சொன்னால் அதை கைகளுக்குள்ளேயே நசுக்கிக் கொன்றுவிட வேண்டும் என்று நினைத்துத்தான் இத்தகைய கேள்வியை அவரிடம் வீசினான்.

துறவியும் மெல்லிய புன்னகையை உதிர்த்தபடி, 'அது உயிருடன் இருப்பதும், இறந்து போவதும் உன் விருப்பத்தைப் பொருத்தது' என்று சமயோசிதமாகப் பதிலளித்தார்.

இதுவே இன்றைய இளைஞர்களுக்கும் பொருத்தமான பதில். அதாவது அவர்கள் நாளைக்கு மன்னர்களாவதும், மட்கிப்போய் செல்லாக்காசாவதும் அவர்களின் கைகளில்தான் இருக்கிறது.

வருங்காலத்தில் தலை நிமிர்ந்து வளமான வாழ்க்கையை வாழ நினைத்தால் அதற்கேற்ற உழைப்பையும், நேர்மையையும், உண்மையையும், பண்பையும் சிறுவயது முதலே தீவிரமாகக் கடைப் பிடிக்க வேண்டும்.

அப்படிச் செய்யாமல் இளம் பருவத்தில் இஷ்டம்போலவும், பெற்றோர், ஆசிரியரின் பேச்சைக் கேட்காமலும் முறையற்ற வாழ்க்கையை வாழ்ந்தால் எதிர்காலத்தில் நிச்சயமாக மன்னர்களாகவே முடியாது.

மகாத்மா காந்தியை எடுத்துக் கொள்ளுங்கள், உடல் வலிமை யற்றவராகத்தான் சிறுவயதில் திகழ்ந்தார். ஆனால் அவர் மனதில் உண்மை, நேர்மை, சத்தியத்திற்கு அதிக முக்கியத்துவத்தைக் கொடுத்து வந்தார்.

வழக்கறிஞர் பட்டம் பெற்றார். ஆனாலும் அந்தத் தொழிலுக்கே உரிய வாக்கு சாதுர்யம் அவரிடம் இருக்கவில்லை. பொய்யை உண்மையாக நிரூபிக்கும் திறன் அவரிடம் இல்லை.

ஆனால் சத்தியம் என்ற ஒற்றைச் சொல் மட்டும் அவரிடம் ஆழமாகப் பதிந்து கிடந்தது. அந்த ஒரே ஆயுதத்தைக் கையில் எடுத்தார். அசைக்க முடியாத மாபெரும் சாம்ராஜ்யமாக அப்போது விளங்கிய பிரிட்டீஷ் ஏகாதிபத்தியத்தை வேரோடும், வேரடி மண்ணோடும் பிடுங்கி எறிந்து நம் தாய்த்திரு நாட்டுக்குச் சுதந்திரம் பெற்றுத் தந்தார். 'கத்தியின்றி, ரத்தமின்றி' என்னும் அகிம்சை ஆயுதம் மட்டுமே அவரது பலமாக இருந்தது. அதில் உறுதியாக இருந்தார். சாதித்தார்.

1948ஆம் ஆண்டு ஆகஸ்டு மாதம் 15ஆம் நாளன்று இந்தியா சுதந்திரம் பெற்றது. மூவர்ணக் கொடியைப் பறக்க விட்டார் பண்டிட் ஜவஹர்லால் நேரு.

இந்தச் செய்தி பெரிய அளவில் மறுநாள் பத்திரிகைகளில் வெளியானது. இந்தச் செய்திக்குப் பக்கத்திலேயே சிறிய அளவில் இன்னொரு செய்தியும் வெளியானது.

அதாவது நவகாளியில் நிகழ்ந்த மதக் கலவரத்தால் பாதிக்கப் பட்ட மக்களைச் சந்தித்து அவர்களுக்கு ஆறுதலும், உதவியும் செய்வதற்காக மகாத்மா காந்தியடிகள் காலணி அணியாமல் வெறும் காலுடன் நடந்து அங்கே சென்ற செய்திதான் அது.

அப்துல் கலாம் அப்போது பள்ளியில் படித்துக் கொண்டிருந்த மாணவர்.

இந்தச் செய்தி அவர் மனதில் ஆழமாகப் பதிந்துவிட்டது. பெரும்பாடுபட்டு விடுதலை வாங்கிக் கொடுத்த மகான், செங்கோட்டையில் உற்சாகமாகக் கொடி ஏற்றி மகிழ வேண்டிய தருணத்தில் அவ்வாறு செய்யாமல் மக்கள் துயரைத் துடைக்கச்

சென்ற மாமனிதர் கலாமின் உள்ளத்திற்குள் அழுத்தமாக அமர்ந்து கொண்டுவிட்டார்.

இதைப்பற்றித் தனது புத்தகத்தில் பதிவு செய்துள்ள கலாம், வாழ்வில் மிகப் பெரிய விஞ்ஞானியாகவும், உலகமே போற்றும் உயர் தலைவராகவும் விளங்கியதற்கு இதுவே முக்கியக் காரணம் என்றால் அது மிகையல்ல.

மாபெரும் வர்த்தக சாம்ராஜ்யமாக ரிலையன்ஸ் நிறுவனம் திகழ்வதற்கு முக்கிய காரணகர்த்தா திருபாய் அம்பானிதான். அவர் தனது பதினாறாவது வயதில் அரபு நாட்டில் சாதாரண பெட்ரோல் நிலையத்தில்தான் பணியாற்றினார்.

ஆனால் அப்போது அவர் மனதில் மிகப் பெரிய கனவு இருந்தது. அதை அடையும் உறுதியும் தீவிரமாக இருந்தது. அதை

நோக்கி முழுவீச்சில் பயணித்தார். இன்று இந்தியாவின் வர்த்தக நிறுவனங்களில் மிகப் பெரிய நிறுவனமாகக் கொடிகட்டி வளர்ந்து நிற்கிறது ரிலையன்ஸ்.

மாபெரும் விஞ்ஞானி ஐன்ஸ்டீனை எடுத்துக் கொள்ளுங்கள். அவர் சிறுவனாக இருந்தபோது முதன்முறையாக திசைகாட்டும் கருவியைப் பார்த்து அதிசயித்துப் போனார்.

எந்தத் திசையில் திருப்பினாலும் அதன் முள் வடக்குத் திசை நோக்கியே நகர்ந்தது.

அது எப்படி சாத்தியம்?

இவ்வாறு அந்த முள்ளை இயக்கும் சக்தி எது?

இந்தக் கேள்வி அவர் மூளையை சதா குடைந்துகொண்டே இருந்தது.

இந்தக் கேள்விதான் பின்னாளில் அவரை மாபெரும் விஞ்ஞானியாக மாற்றியது.

பிள்ளைப் பருவத்தில், இளமைக் காலத்தில் தங்கள் மனதில் விதைத்த கனவுகளும், சிந்தித்தவைகளும், உழைப்புகளும்தான் ஒருவரின் எதிர்காலத்திற்கு நிச்சயமான அடித்தளமாக அமைகிறது.

'இளமைக் காலம் என்பது கற்பூரப் பருவம்' என்கிறார் கவிஞர் கண்ணதாசன். அதாவது அந்தப் பருவத்தில் கற்பூரத்தைப் போன்று எதுவும் சட்டென்று பற்றிக் கொள்ளும் என்பதுதான் இதன் பொருள்.

நல்ல விஷயங்களாக இருந்தால் நல்லவனாக மாறுவான். கெட்ட விஷயங்களாக இருந்தால் கெட்டவனாகத்தான் மாறுவான்.

'விதை விதைத்தால் விதை முளைக்கும். வினை விதைத்தால் வினைதான் முளைக்கும்.'

இளைஞர் சக்தி என்பது மிகப் பெரிய சக்தி!

அது ஒரு பிரம்மாண்டம்!

ஒவ்வொருவர் வாழ்விலும் அது ஒருமுறை மட்டுமே வரும்.

அது ஒரு வரம்!

அப்படிப்பட்ட வரத்தை பயனுள்ளதாக மாற்றுவதும், பயனற்றதாக மாற்றுவதும் அவரவர் கைகளில்தான் இருக்கிறது.

உலகின் ஒப்பற்ற சாம்ராஜ்யமாக ஒரு காலத்தில் திகழ்ந்தது ரோமானியப் பேரரசு. ஆனால் இன்று ஒரு மூலையில் ரொம்ப சாதுவாக, அடக்க ஒடுக்கத்துடன் அமர்ந்து கொண்டிருக்கிறது.

அப்பேர்ப்பட்ட மிகப் பெரிய சாம்ராஜ்யம் இப்படி பெரும் வீழ்ச்சியை ஏன் அடைந்தது?

அதற்கான முக்கியக் காரணம் அந்நாட்டு இளைஞர்கள் மது, ஆடம்பரம், கேளிக்கைக் கூத்து என்பதில் மூழ்கிக் கிடந்ததுதான். அறிவு, ஆற்றல், சிந்தனை, உழைப்பு என்று தேவையான அனைத்தையும் ஓரங்கட்டி வைத்ததே இத்தகை பெரும் வீழ்ச்சிக்குக் காரணமாக அமைந்துவிட்டது.

அறிவு என்பது உயிரினங்களில் மனிதனுக்கு மட்டுமே கிடைக்கப்பெற்ற மிகப் பெரிய வரப்பிரசாதம்.

அத்தகைய அறிவை நல்லனவற்றிற்காகப் பயன்படுத்துவதே சிறப்பானது.

'தொட்டில் பழக்கம் சுடுகாடு மட்டும்' என்பார்கள். ஆக நல்ல பழக்கம் என்பது வயதான காலத்தில் வருவது கிடையாது. அது வயதுக்கும், பண்புக்கும் ஏற்ப சில முதிர்வை அடையும். அவ்வளவே.

ஆனால் சிறு வயதில் என்ன மாதிரியான குணங்களை நீங்கள் கற்றுக் கொள்கிறீர்களோ, அதுதான் உங்கள் வாழ்வில் பிரதிபலிக்கும்.

ஒரு இடத்தில் தொழிற்சாலை அமைக்க வேண்டுமென்றால் அதற்காக நிறைய உழைப்பைச் சிந்த வேண்டும். நிறைய பொருட் செலவு ஏற்படும். அப்புறம்தான் அங்கே நீங்கள் ஆசைப்படும் தொழிற்சாலையை அமைக்க முடியும்.

அப்போதுதான் நிறைய பேருக்கு வேலை வாய்ப்பு வழங்க முடியும். அவர்களின் குடும்பம் வறுமைச் சூழலில் இருந்து விடுபட இயலும்.

அந்தத் தொழிற்சாலையை அமைப்பதன் மூலம் அந்தப் பகுதி யில் இன்னும் நிறைய வியாபாரங்கள் முளைக்கும். அதன்மூலமாக இன்னும் பலர் வேலை வாய்ப்பைப் பெறுவார்கள்.

இது வளர்ச்சி சித்தாந்தம்.

இது நன்மை பயக்கும் ஆற்றல்.

சிறு வயதில் உங்களுக்குள் ஏதோ ஒரு நெருப்புப் பொறி ஏற்பட்டிருக்கலாம். அதுதான் உங்களை இப்படியொரு ஆக்கப்பூர்வ முன்னேற்றத்தை நோக்கிச் செலுத்தி இருக்கிறது.

அதே நேரத்தில் சிறுவயதிலேயே திருடுதல், ஏமாற்றுதல், பொய் கூறுதல் போன்ற தவறான பழக்கங்கள் கைவரப் பெற்றுள்ளது என்றால் என்னவாகும்?

நீங்கள் தொழிற்சாலையைக் கொண்டுவர முயற்சி செய்ய மாட்டீர்கள். மாறாக யாரையாவது ஏமாற்றி நிறைய சம்பாதிக்க வேண்டும் என்பதில்தான் உங்கள் மூளை வேலை செய்யும்.

இதேபோன்ற தவறான பழக்க வழக்கம் உள்ளவர்களைக் கூட்டு சேர்த்துக் கொண்டு ஏதாவது வங்கியைக் கொள்ளையடிக்க மனம் திட்டமிடும். அதை நோக்கியே உங்கள் அறிவும் வேலை செய்யும்.

கடைசியில் ஏதோ திட்டமிட்டு ஒருநாள் வங்கியைக் கொள்ளையும் அடித்துவிட்டு, திட்டமிட்டபடி தப்பித்து விடுவீர்கள்.

ஆனால் உங்களையும் அறியாமல் ஏதோ ஒரு தடயத்தை அங்கே விட்டுச் சென்றிருப்பீர்கள். அதை வைத்துக் கொண்டு இரகசியமாக விசாரணைகள் நடத்திக் கடைசியில் உங்களைக் காவல் துறை கைது செய்து களி சாப்பிட வைத்துவிடும்.

ஒருவன் சிறு பிராயம் முதலே நல்லவனாக மாற்றப்பட்டால் மட்டுமே பிற்காலத்தில் அவன் நல்லவனாக, நற்செயல்களைச் செய்பவனாக இருப்பான்.

எனவே இளம் பருவம் என்பது அத்தனை முக்கியமானது. அதைப் பெற்றோர்கள் மட்டுமல்லாமல் கல்வி நிலையங்களும்தான் செய்ய முடியும்.

ஒரு குழந்தையை நல்ல முறையில் வடிவமைக்கிற சக்தி, பெற்றோரைக் காட்டிலும் ஆசிரியர்களுக்கே உண்டு என்றால் அது மிகையாகாது.

ஆனால் துரதிர்ஷ்டவசமாக இன்றைய நிலைமை திருப்தி தரக்கூடியதாக இல்லாமல் போய்விட்டது.

சான்றிதழுக்காகவும், கை நிறைய சம்பளம் தரும் வேலை வாய்ப்பிற்காகவும் மட்டுமே பட்டப்படிப்பு என்கிற நிலைமை காணப்படுகிறது.

அத்துடன் எங்கள் ஊரில், எங்கள் மாவட்டத்தில், எங்கள் மாநிலத்தில், எங்கள் நாட்டில் இத்தனை பேர் கல்வியறிவைப் பெற்றுவிட்டார்கள் என்று நெஞ்சு நிமிர்த்தி பெருமை பேசிக் கொள்வது மட்டுமே போதும் என்ற நிலைமை உள்ளது.

இத்தகைய புள்ளிவிவரம் மட்டுமே உண்மையான கல்வியறிவு கிடைத்துவிட்டதாக அர்த்தமாகி விடுமா?

ஒழுக்கம், இனிமை, அன்பு, பண்பு, மரியாதை, கருணை போன்ற அடிப்படை அம்சங்கள் இல்லாமல் ஓர் இளைஞனை உருவாக்கும் கல்வியால் என்ன பயன்?

நாம் வாழும் இந்தச் சமூகத்தை ஏற்றம் பெறச் செய்வதைப் பற்றிய சிந்தனை இல்லாமல், தன்னையும், தன் குடும்பத்தைப் பற்றியும் மட்டுமே சிந்திக்கும் சுயநலம் சார்ந்தவர்களாக மாற்றும் இந்தக் கல்வியால், இந்த குழந்தைகள் வளர்ப்பு முறையால் இந்த நாட்டுக்கும், சமூகத்துக்கும் என்ன இலாபம் இருக்க முடியும்?

ஓர் இளைஞனைப் பண்படுத்தும் முயற்சியில் இன்றைய சமூகம் அவ்வளவாக அக்கறை காட்டாமல் இருப்பது உண்மையாகவே வருத்தம் தரும் உண்மை.

இளைய சமூகத்தின் மீது உண்மையான அக்கறையும், அவர்களை நல்வழிப்படுத்தும் அளவற்ற ஆவலும் கொண்ட ஒரே தலைவராக விளங்கியவர் அப்துல் கலாம் என்பதை இங்கே குறிப்பிட்டுத்தான் ஆக வேண்டும்.

சந்தர்ப்பம் கிடைத்த போதெல்லாம் கல்வி நிலையங்களுக்குச் சென்று மாணவர்களோடு அளவளாவுவதில் அதிக ஆர்வம் கொண்டவராக அவர் விளங்கினார்.

மாணவர்களுக்குப் புரிகிற விதத்தில் உரைநிகழ்த்தினார்.

அதுபோன்ற தலைவர்கள் நிறைய பேர் உருவாக வேண்டும். அப்படியானால் கலாமை இன்று தலைக்கு மேல் வைத்துக் கொண்டாடும் இளைஞர்கள், அவரைப் போல வாழ்ந்து காட்ட வேண்டும் என்ற உறுதியோடும், முனைப்போடும் செயல்பட வேண்டும். அப்போதுதான் கலாம் கண்ட கனவு நனவாகும்.

இன்றைய இளைஞர்களில் பெரும்பாலானோர் வேர்களை மறந்து அலைந்து திரிகிறார்கள்.

அநேகமாக ஒரு இயந்திரத்தைப் போலத்தான் அவர்கள் வாழ்ந்து கொண்டிருக்கிறார்கள்.

இதனால் எதிர்காலத்தில் நல்ல தலைவர்கள் தோன்ற முடியாத ஒரு மோசமான சூழல்தான் ஏற்படும்.

இதை இன்றைய பெரியோர்கள் உணர வேண்டும்.

இன்றைய தலைவர்கள் உணர வேண்டும்.

இன்றைய இளைஞர்கள்தான் நாளைய மன்னர்கள் என்பதை எப்போதும் அழியாமல் நெஞ்சில் பதித்துக் கொள்ள வேண்டும்.

வெளியூர் பயணம் என்பதே ஒரு காலத்தில் மிகப் பெரிய சாதனையாகத்தான் இருந்தது. தென் மாவட்டங்களில் இருப்போர் சென்னைக்கு வந்து சென்றால் அவர்களின் புகழ் அந்தப் பகுதியில் உச்சம் தொடும்.

அப்படிப்பட்ட நிலைமைதான் சில ஆண்டுகளுக்கு முன்பு வரை இருந்தது.

ஏனென்றால் அப்போது இந்த அளவிற்குப் போக்குவரத்து வசதிகள் கிடையாது. மதுரையில் இருந்து திருச்சி வரை வந்து அப்புறம் விழுப்புரம் வந்து சென்னை வரவேண்டும். இல்லை என்றால் இரயிலுக்காகக் காத்துக்கிடக்க வேண்டும்.

ஆனால் இன்று?

நிலைமை தலைகீழாக மாறிவிட்டது. பேருந்து, கார், இரயில் என்பதெல்லாம் மாறி, விமானத்தில் மதுரையில் இருந்து சென்னைக்கு வருகிற காலமாகிவிட்டது.

அந்த அளவிற்குத் தொழில்நுட்பம் பெரு வளர்ச்சியைப் பெற்றிருக்கிறது.

வாரம்தோறும் அமெரிக்கா போய் வருகிற அளவிற்குக் காலம் மாறிவிட்டது. நவீன தொழில்நுட்பம் வளர்ந்துவிட்டது.

இவ்வாறு தொழில்நுட்ப வளர்ச்சியில் ஆர்வமாகவும், கண்ணும் கருத்துமாகவும் இருக்கும் நாம், மனிதனுக்கு அடிப்படை அம்சமாக இருக்க வேண்டிய அடிப்படை அன்பு, ஒழுக்கம், இனிமை போன்றவற்றை மறந்து வருவதுதான் துயரத்தின் உச்சம்.

அனைவரையும் ஆச்சரியப்படுத்தும் தொழில்நுட்ப வளர்ச்சி, ஒழுக்கம், பண்பாடு போன்றவற்றில் அதிகச் சிரத்தை எடுத்துக் கொள்ளாமல் இருப்பது தவறுதான்.

எனவேதான் அறிவைப் பெற்றும், மனித நேயத்தை இழந்தவர் களாகவே நாம் விளங்குகிறோம்.

இதனால் வேர்களை வெறுக்கும் விழுதுகளாய் நம் இளைய சமுதாயம் மாறி வருவதாகவே தோன்றுகிறது. அதாவது பெற்றோர்களை மதிக்காத ஒரு தலைமுறை உருவாகி வருகிறது.

இது வருத்தம் தரும் உண்மை.

தெரிந்தோ தெரியாமலோ இதற்குப் பெற்றோர்களும் ஒரு காரணமாக இருக்கிறார்கள். அவர்கள் தங்கள் குழந்தைகளின் மீது அளவுகடந்த பாசத்தைக் கொண்டிருப்பதால் குழந்தைகள் செய்யும் தவறுகளை ஆசிரியர்கள் கண்டிப்பதை அவர்கள் விரும்புவதில்லை. கண்டிக்கும் ஆசிரியர்களுக்கு எதிராகக் குரல் எழுப்புகிறார்கள்.

இவ்வாறு பெற்றோர்கள் தங்களுக்குக் கண்மூடித்தனமான ஆதரவை நல்குவதால் ஆசிரியர்களை மதிக்காத போக்கு பெரும்பான்மை மாணவர்களிடம் இருக்கிறது.

பெற்றோர்களின் ஆதரவு தங்களுக்கு இருக்கிறது என்ற எண்ணமும், சில அதிகாரமிக்கவர்களாக இருக்கும் பெற்றோர்களின் குழந்தைகள் ஆசிரியர்களை மிரட்டும் போக்கும் இருக்கத்தான் செய்கின்றன.

இப்படி இருக்கும் மாணவர்கள், வளர்ந்து இளைஞர்களாக மாறும் சமயத்தில் எப்படி இருப்பார்கள் என்பதையும், அனைவரிடமும் அவர்கள் எப்படி நடந்து கொள்வார்கள் என்பதையும் நாம் சொல்லித் தெரிய வேண்டியதில்லை.

மேலும் திரைப்படங்கள், தொலைக்காட்சியின் நெடுந் தொடர்கள் போன்றவற்றில் சரளமாகக் காண்பிக்கப்படும் வன் செயல்களும் மாணவர்களைப் பாதிக்கின்றன. அதேபோன்று தாங்களும் மிகப் பெரிய 'ஹீரோ' என்ற நச்சு எண்ணம் தானாகவே அவர்களைத் தாக்கத் தொடங்கிவிடுகிறது.

இப்படிப்பட்ட ஹீரோயிசம் அவர்களைத் தவறான பாதையை நோக்கிச் செலுத்துகின்றன. முரட்டுத்தனமான செயல்களைச் செய்யத் தூண்டுகின்றன. கத்தியால் குத்தி ரகளை செய்யும் துணிச்சலையும் கொடுக்கின்றன. இதுபோன்ற தவறுகளால் சில நேரங்களில் ஆசிரியர்கள் கொலை செய்யப்படும் கொடூரங்களும் நிகழ்ந்து விடுகின்றன.

இதனிடையே இளம் மாணவர்களின் ஆசையைத் தூண்டும் விதமாக போதைப் பொருட்களைக் கொடுத்து அவர்களைக் கெட்டொழிக்கும் சமூக விரோதங்களும் நடைபெறுகின்றன.

வருங்கால மன்னர்களாகப் பிரகாசிக்க வேண்டிய குழந்தைகள் பிஞ்சிலேயே கருகி விடுகிறார்கள்.

இதுபோன்ற அபத்தங்களால்தான் எதிர்காலத்தில் நமக்குக் கிடைக்க வேண்டிய உத்தமத் தலைவர்கள், திறமையான மருத்துவர் கள், பொறியாளர்கள், மாவட்ட ஆட்சித் தலைவர்கள் கிடைக்காத நிலைமை ஏற்பட்டுவிடுகிறது.

இதுபோன்ற சீரழிவுக் கலாச்சாரத்தை யாரும் விரும்பவில்லை என்றாலும், அதுதான் நடந்து வருகிறது. ஆசிரியர்களும், பெற்றோர் களும், ஆட்சியாளர்களும் இதனைப் பேச்சுவாக்கில் கண்டிப்பதோடு நிறுத்திக் கொள்கின்றனர். இப்படிப்பட்ட சீரழிவுகளை வேரோடும், வேரடிமண்ணோடும் அழித்தொழிப்பது பற்றி யாருமே தீவிர முனைப்பு காட்டுவதில்லை என்பதுதான் உண்மை.

பதினெட்டு வயதுக்கு மேற்பட்டவர்கள்தான் வாகனங்கள் ஓட்ட முடியும். அவர்களுக்குத்தான் உரிமமும் வழங்கப்படுகிறது. ஆனால் எத்தனை குழந்தைகள் பெரியவர்கள்கூட ஓட்டத் தயங்கும் வாகனங்களை அளவற்ற வேகத்தோடு சாலைகளில் ஓட்டித் திரிகிறார்கள்!

இதைத் தடுத்து நிறுத்த வேண்டிய பெற்றோர்களே அந்தக் குழந்தைகள் ஓட்டுவதை ஆனந்தம் பொங்கப் பார்த்து இரசிக்கிறார் கள். மற்றவர்களிடம் அதைப் பெருமையாகவும் பேசுகிறார்கள்.

சட்டத்திற்குப் புறம்பான இந்த மாதிரியான செயல்களைத் தொடக்கத்திலேயே பெரியவர்கள் அனுமதிக்கக்கூடாது.

ஆனால் அவ்வாறு செய்ய நாம் மறுக்கிறோம்.

பெரியவர்களே இவ்வாறு நடந்து கொண்டால் பிள்ளைகள் எப்படி இருப்பார்கள்?

அதைப்பற்றி யோசிக்க நாம் தவறுகிறோம்.

இன்று வழிப்பறிகள் அதிகரித்து வருவதாகப் புள்ளி விவரங்கள் தெரிவிக்கின்றன. இந்த வழிப்பறிகள் செய்பவர்கள் பெரும்பாலும் சின்னஞ்சிறு வயதினர்களாகவே இருக்கிறார்கள் என்பதுதான் அதிர்ச்சித் தகவல்.

திரைப்படங்களின் பாதிப்பு இதற்கு முக்கியக் காரணம். அத்துடன் தவறான பழக்க வழக்கங்கள் அதிகரித்து வருவதால் அவர்களுக்குப் பணத்தேவை அதிகரிக்கிறது. அதனால்தான்

வீட்டில் திருடுகிறார்கள். அம்மாவை மிரட்டிப் பணம் கேட்கிறார்கள். அப்புறம் வழிப்பறியில் ஈடுபடுகிறார்கள்.

வசதிபடைத்த மாணவர்களாக இருந்தால் பணத்தால் எதையும் வாங்கிவிடலாம் என்று நினைக்கிறார்கள்.

அதிகாரவர்க்கத்தில் இருப்பவர்களின் குழந்தைகள் சட்டத்தை சரமாரியாகவே மீறுகிறார்கள்.

வசதியும் இல்லாமல், அதிகாரவர்க்கமும் இல்லாமல் சாதாரண குடும்பத்தைச் சேர்ந்த குழந்தைகள் மற்றவர்களிடம் இருந்து பணத்தைப் பறிப்பதைப் பற்றி யோசிக்கிறார்கள்.

பணத்தைப் பற்றிய ஆசை மாணவப் பருவத்திலேயே அவர்களுக்கு வருவதற்கு இன்னொரு முக்கியக் காரணமும் உண்டு. அது பள்ளி மற்றும் கல்லூரிகள் பெரும்பாலும் இன்று வியாபாரம் செய்யும் நிறுவனங்களாக மாறிவிட்டதுதான்.

மாணவர்களின் படிப்பை, அவர்களின் உடற்பயிற்சியை, அவர்களின் கலைகளை எல்லாம் பணமாக மாற்றும் குறிக்கோளுடன் நிறைய கல்வி நிறுவனங்கள் இன்று அமைந்து விட்டன.

'யோகா கிளாஸ் இருக்கிறது. அதற்கு ஃபீஸ் ஆயிரம் ரூபாய்' என்று வசூலிக்கிறார்கள்.

'பாட்டு கிளாஸ் இருக்கிறது. அதற்கு ஃபீஸ் இரண்டாயிரம் ரூபாய்' என்கிறார்கள்.

இப்படி ஏதேதோ புதிய புதிய வகுப்புகளைக் கூறி மாணவர்களிடம் இருந்து பணம் பறிக்கிறார்கள்.

இவ்வாறான நிலைமை இருப்பதால், மாணவர்களும் ஏதோ ஒரு கிளாஸ் பெயரைச் சொல்லி பெற்றோர்களிடம் பணத்தைப் பெற்று அவர்கள் சந்தோஷமாக ஐஸ்கிரீம் சாப்பிடுகிறார்கள். சினிமாவுக்குப் போகிறார்கள். ஜாலியாக ஊர் சுற்றுகிறார்கள்.

இன்னும் சுருக்கமாகச் சொல்வதானால் டீக்கடையில் டீ குடிப்பதுபோல இன்று டாஸ்மாக் என்னும் மதுக்கடைக்குப் போய் மது அருந்துகின்றனர்.

தவறுகள் அல்லது குற்றங்கள் என்பது அனைத்துத் துறைகளிலும் இன்று சர்வசாதாரண ஒன்றாக இருந்து வருகிறது என்று வாதாடலாம். ஆனால் பிஞ்சுக் குழந்தைகளைக் குற்றம்

செய்யத் தூண்டுகிற தவறுகள், அவர்கள் வருங்காலத்தையே நாசம் செய்துவிடும் என்ற பயங்கர உண்மையை நாம் உணர வேண்டும்.

வாழ்வியல், மானுடவியல், சூழலியல், சமூகவியல் சார்ந்த எந்தத் தெளிவான பார்வையும் இன்றைய இளைஞர்களிடம் இல்லை. அனைத்தையும் பொருளாதாரம் சார்ந்தே அவர்கள் பார்க்கின்றனர்.

வளரும் இளைய தலைமுறைக்கு நல்ல விஷயங்களை விட தீய விஷயங்களே அதிகமாகக் கற்பிக்கப்படுகிறது.

வாழ்வியல் பண்புகள் குறித்து கல்விநிலையங்களில் சரியாகக் கற்பிக்கப்படுவதில்லை.

ஒழுக்கம் நிறைந்தவர்களை இந்தச் சமூகம் இகழ்ச்சியாகப் பார்க்கிறது. அவர்களைப் போற்றிப் புகழ்வதில்லை.

அதேசமயம் தீய ஒழுக்கம் உள்ளவர்கள் உயர்த்திப் பிடிக்கப்படுகின்றனர். அவர்களுக்குத்தான் முக்கியத்துவம் அதிகம் கொடுக்கப்படுகின்றது. அவர்கள் இந்தச் சமூகத்தால் அங்கீகரிக்கப் படுகிறார்கள்.

இதுபோன்ற இழிநிலை காரணமாக ஒழுக்கத்துடன் இருக்கும் மாணவர்களும் அதிலிருந்து தடம்புரண்டு விடுகிறார்கள்.

இவ்வாறு அவர்கள் இருப்பதற்கு நமது குடும்பங்கள், கல்வி நிறுவனங்கள், சமூக அமைப்புகள்தான் முக்கியக் காரணங்கள் என்பதுதான் வேதனை தரும் உண்மை.

இவர்களிடம் சமூக அக்கறையோ, தங்கள் குடும்ப நலனோ கிஞ்சித்தும் இருப்பதில்லை. எப்போதும் உதவாக்கரை சிந்தனை களையே சிந்தித்து வருகிறார்கள்.

தீய நண்பர்களுடனான நட்பைத்தான் விரும்புகிறார்கள். அதனால் தீங்குதரும் பழக்கத்திற்கு ஆளாகித் தங்களைக் கெடுத்துக் கொள்கிறார்கள்.

இந்தச் சமூகத்தையும் கெட்டொழிக்கிறார்கள்.

மாணவர்களின் எதிர்காலம் என்பது நம் நாட்டின் எதிர்காலம்.

நம் சமூகத்தின் எதிர்காலம்.

நம் பண்பாட்டின் எதிர்காலம்.

அதைச் சீர்குலைக்கும் செயல்களில் போதிய அக்கறை செலுத்தி தடுத்து நிறுத்தினால் மட்டுமே வருங்காலத்தில் நல்ல மன்னர்களை நம்மால் உருவாக்க முடியும்.

நல்ல மன்னர்கள் உருவானால்தானே நல்ல ஆட்சி நடக்கும்.

நல்ல ஆட்சி நடந்தால்தானே நல்ல வளங்கள் கிடைக்கும்.

நல்ல வளம் கிடைத்தால்தானே அனைத்து மக்களும் மகிழ்ச்சியோடு இருக்க முடியும்.

இந்த உண்மையை உணர்ந்து கொண்டால்தான் பிஞ்சுகள் தவறு செய்வதைத் தடுத்து நிறுத்த வேண்டும் என்ற ஆவல் நமக்கு ஏற்படும்.

அவர்கள் தவறு செய்வதற்கு நாமும் ஏதோ ஒருவகையில் உடந்தையாக இருப்பதைப் புரிந்துகொண்டு அதனை மாற்றிக் கொள்ளவும் தோன்றும்.

இன்றைய மாணவர்கள் உண்மையாகவே மெச்சத்தக்க விதத்தில் அறிவாற்றல் படைத்தவர்களாக இருக்கிறார்கள். எந்தவொரு செயலையும் தெளிவாகவும், அழுத்தமாகவும் புரிந்து செயல்படுகிறார்கள்.

இவ்வளவு திறமைசாலிகளாக இருக்கும் அவர்களிடம் பொறுப்புணர்வு என்பது மிகக் குறைவாகவே காணப்படுகிறது. பொறுமை, சகிப்புத்தன்மை போன்றவற்றைக் கடைப்பிடிக்க வேண்டும் என்ற அடிப்படை அம்சம் தெரியாதவர்களாக வளர்ந்து நிற்கிறார்கள்.

தங்களின் அறிவாற்றலை, இளமையின் வேகத்தில் தவறான செயல்களில் செலுத்துகிறார்கள்.

ஒழுக்கம், அன்பு, இனிமை போன்ற மனிதநேயம் பற்றிய போதிய விழிப்புணர்வு அவர்களுக்கு இல்லாததுதான் இதற்கு முக்கியக் காரணம்.

பொதுவாக பதின்பருவம் என்பது அத்தனை பேருக்கும் ஒரு சவாலான காலக்கட்டம்.

இயல்பாகவே நிறைய மாற்றங்கள் ஏற்படக்கூடிய பருவம்.

அவர்களின் உடல் அமைப்பில் ஏற்படும் மாற்றம், அவர்களின் மன வளத்திலும் மாற்றங்களை ஏற்படுத்தும்.

இது ஒரு அபாயகரமான மலைப் பாதையின் வளைவு

போன்றது. அதில் பயணிக்கும்போது அதிகக் கவனம் தேவை. சற்று பிசகினாலும் விபத்து நேரும்.

இந்தக் கவனம் ஓட்டுநராக இருக்கும் பெற்றோர்களுக்குத்தான் அதிகம் தேவை.

ஏனென்றால் குழந்தைகள் இந்தப் பருவத்தில் சரியான பாதையைக் காட்டிலும் தவறான பாதையில் செல்வதைத்தான் அதிகம் விரும்பும்.

இயற்கையான பழச் சாற்றைக் காட்டிலும் செயற்கையான குளிர் பானங்கள்தானே நம்மை ஈர்க்கிறது.

வெயில் காலங்களில் காட்டன் உடைகள்தான் உடம்புக்கு நல்லது என்றாலும் கண்ணைப் பறிக்கும் வண்ணப் பளபளப்பான உடைகளை அணிவதில்தானே அனைவரும் ஆர்வம் காட்டுகிறோம்.

கூட்டம் அதிகமாக இருப்பதால் வரிசையில் கால்கடுக்க நிற்பதைக் காட்டிலும் குறுக்கு வழியில் ஐந்தோ, பத்தோ பணத்தை அள்ளிவீசிக் காரியத்தை சாதிப்பதில்தான் நாம் முனைப்பு காட்டு கிறோம். அத்துடன் அதை மற்றவர்களிடம் மிகப் பெரிய சாதனையாகக் காட்டி நம் தோளை நாமே தட்டிக் கொடுக்கிறோம்.

ஆக, நம் செயல்கள் அனைத்துமே தவறான நிலைப்பாட்டில் தான் செல்கிறது.

அதுதான் சரியான நிலைப்பாடு என்று நம்மை நாமே ஏமாற்றிக் கொள்கிறோம்.

வயதாகி, அனுபவங்கள் பல பெற்ற நாமே இவ்வாறு தவறான வழித்தடத்தை, சரியான வழித்தடமாக நினைத்துக் கொண்டு அதன் வழியே பயணிக்கும்போது, பதின்பருவத்து சிறுவர்கள் தவறான வழித்தடத்தில்தானே பயணிக்க விரும்புவார்கள்.

இதைப் பெற்றோர்கள் உணர வேண்டும்.

அந்த இளைஞர்களின் பாதை தவறானது என்பதை அவர்கள் புரிந்து கொள்கிற மாதிரி உணர்த்த வேண்டும்.

இவ்வாறு உணர்த்தும்போது சில பெற்றோர் உணர்ச்சிவசப் படுகிறார்கள். ஆத்திரமடைகிறார்கள். கோபம் கொள்கிறார்கள்.

இவ்வாறு குழந்தைகளிடம் நடந்து கொண்டால், நாம் தவறு என்று சுட்டிக்காட்டுவது அவர்கள் அறிவில் எட்டுவதில்லை.

மாறாக நமது கோபமும், ஆத்திரமும்தான் அவர்கள் மனதைப் பாதிக்கிறது. குமுறுகிறார்கள்.

தவறான பாதையில் இருந்து விலகி சரியான பாதையில் செல்ல வேண்டும் என்ற புரிதலுக்குப் பதிலாகத், தொடர்ந்து தவறான பாதையிலேயே பயணிக்க வேண்டும் என்று நினைக்கிறார்கள். ஆனால் அதைப் பெற்றோர்கள் தெரிந்துகொள்ளாமல் செய்ய வேண்டும் என்று தீர்மானிக்கின்றனர்.

பெற்றோர் கடுமையாகக் கண்டிப்பதால், இதுபோன்ற தவறான முடிவைத்தான் அவர்கள் எடுக்கிறார்கள்.

ஆக, தவறான பாதையில் செல்லும் தங்கள் பதின்பருவத்துக் குழந்தைகளிடம் பக்குவமாகப் பேசி, அவர்கள் செல்லும் பாதை தவறானது என்பதை அவர்கள் புரிந்துகொள்ளச் செய்வதில்தான் நமது வெற்றி அடங்கி இருக்கிறது என்பதைப் பெற்றோர்கள் புரிந்து கொள்ள வேண்டும்.

இன்றைய இளைஞர்கள்தான் வருங்கால மன்னர்கள் என்பதை பெற்றோர்களும், ஆசிரியர்களும், சமுதாய அக்கறை உடையவர்களும், பெரியவர்களும் எப்போதும் நினைவில் நிறுத்திக் கொண்டிருக்க வேண்டும்.

வருங்காலத்தின் மன்னர்கள் நல்ல, சிறப்பான ஆட்சியை நடத்த வேண்டும் என்றால் அவர்களை இளம் வயதிலேயே ஒழுக்கம் உள்ளவர்களாக வடிவமைக்க வேண்டும்.

அன்பு, இனிமை, நேசம், பாசம், மரியாதை, உழைப்பு போன்ற வாழ்வியல் விழுமியங்கள் அனைத்தும் உள்ளவர்களாக மாற்றி வளர்க்க வேண்டும்.

தவறான பாதையைக் கண்டிப்பாகத் தவிர்க்கும்விதமாக அவர்களைத் தொடர்ந்து கண்காணித்து வரவேண்டும்.

இதைப் பெரியவர்கள் உறுதியாகச் செய்துவிட்டால் வருங்கால மன்னர்கள் சிறப்புடையவர்களாகத் திகழ்வார்கள்.

'இனியொரு விதி செய்வோம்.'

02

ஒழுக்கம்

ஒழுக்கம் என்பது கடுமையான கட்டுப்பாடு என்ற எண்ணம் பலரிடமும் உள்ளது.

ஒருவகையில் பார்த்தால் இது உண்மைதான்.

அதாவது குழந்தைப் பருவத்திலேயே ஒழுக்கம் என்பதை ஊட்டி வளர்த்திருந்தால் இளைஞனான பிறகு அது கடுமையாகத் தெரிவதில்லை.

அது ஒரு சுகமான சுமை!

ஆனால் இன்று நடப்பதென்ன?

குழந்தைப் பருவத்தில் நல்ல ஒழுக்கங்கள் கற்றுக்கொடுக்கப்படுகிறதா என்பது மில்லியன் டாலர் கேள்வி.

மனப்பாடக் கல்விக்கும், பணத்திற்கும் நம் சமூகம் தரும் மதிப்பில் சிறிதளவுகூட ஒழுக்கத்திற்குத்

தருவதில்லை என்பது கசப்பான உண்மை.

ஒழுக்கமற்ற கல்வியும், பணமும் மிகப் பெரிய சீரழிவை ஏற்படுத்தி வருவதை இன்று நாம் பார்த்து வருகிறோம்.

மருத்துவப் படிப்பு காசுக்கு விற்பனை செய்யப்படுவதால், டாக்டரானதும் மருத்துவ சேவை என்பதைத் தாண்டி, பணம் சம்பாதிப்பதை மட்டுமே குறிக்கோளாகக் கொள்ளும் மோசமான சூழல் உருவாகிவிட்டது.

பணம் பெறுவதற்காக இறந்த உடலுக்குக்கூட சிகிச்சை அளிக்கிற மாதிரியான ஏமாற்றுச் செயல்கள் பரவலாகக் காணப் படுகின்றன.

கட்டிய பாலம் திறப்பு விழா நடப்பதற்கு முன்பே இடிந்து விழுகிற அவல நிலைக்குத் தள்ளப்பட்டுள்ளோம்.

கல்வியோடு பணம் இறுகக் கட்டிக் கொண்டிருக்கும் மோசமான சூழல்தான் இதற்கு முக்கியக் காரணம்.

ஒழுக்கக்கேடுகள் பெருகிவிட்டன.

படித்து, மிகப் பெரிய வேலையில் சேர்ந்துதான் வசதியாக வாழ முடியும் என்ற நிலைமை மாறிவிட்டது.

படிக்காமலேயே கோடிக் கோடியாகக் குவிக்க முடியும் என்ற நிலைமை உருவாகிவிட்டது.

நேர்மையற்ற, ஒழுக்கமற்ற ரீதியில் வணிகம் செய்தால் நிறைய பொருள் ஈட்ட முடியும் என்ற நிலைமை காணப்படுகிறது. மக்களின் உடலுக்குத் தீங்கு விளைவிக்கும் என்பதைப் பற்றிய கவலையே இல்லாமல் கலப்படம் பெருகிவிட்டது.

தொலைக்காட்சி ஒன்றில் ஒரு குழந்தைகள் நிகழ்ச்சியின் போது, அக்குழந்தையின் தந்தை என்ன செய்கிறார் என்ற நிகழ்ச்சி தொகுப்பாளரின் கேள்விக்கு 'மினரல் வாட்டர்' வியாபாரம் செய்வதாகக் கூறுகிறது அக்குழந்தை.

'அப்படியானால் உங்க வீட்டில் அந்தத் தண்ணீரைத்தான் குடிக்கிறீங்களா?' என்று கேட்கிறார் அவர்.

அதற்கு அந்தக் குழந்தை, 'அந்தத் தண்ணீரைக் குடிச்சால் இன்ஃபெக்ஷன் ஆகிடும். அதனால எங்க வீட்டில் வேற தண்ணீர் தான் குடிக்கிறோம்' என்று பதில் சொல்கிறது.

அதிர்ச்சி தரும் பதில் இது.

அதாவது அவர் வியாபாரம் செய்வது தெருக்குழாயில் பிடிக்கும் தண்ணீரை என்ற உண்மையை அக்குழந்தை பிட்டுபிட்டு வைக்கிறது.

இது உண்மையில் நடந்த நிகழ்ச்சி.

அக்குழந்தையின் தந்தையும் நிகழ்ச்சியில் இருந்தார். பார்ப்பதற்கு நன்றாகப் படித்தவர்போலத்தான் இருந்தார். அதன் தாயும் அப்படியே.

ஆனால் அவர்கள் செய்யும் செயல் ஏற்புடையதா?

ஒழுக்கக்கேடான, மனிதநேயமற்ற இந்தச் செயலைச் செய்ய அவர்களுக்கு எப்படி மனம் வந்தது?

'தன்னைப்போல பிறரையும் நேசி' என்பதை அவர் படித்ததே இல்லையா?

அவர் விநியோகிக்கும் அந்தக் கேன் தண்ணீரை எத்தனை குழந்தைகள் பருகுகின்றன? எத்தனை பேர் 'நல்ல தண்ணீர்' என்று நினைத்துப் பருகி வருகிறார்கள்.

இப்படி நம்பிக்கைத் துரோகம் செய்வதற்கு அவர்களுக்கு எப்படி மனம் வந்தது?

இதற்கெல்லாம் காரணம்...

பணம்!

பணம் மட்டுமே!

எந்தவொரு செயலைச் செய்யும்போதும் அதில் ஒழுக்கம் இருக்க வேண்டும்.

இச்சமுதாயத்தில் மிகச் சிலர் மட்டுமே உயர்ந்த உன்னதமான நிலையை அடையும், அதற்கான விலையைக் கொடுக்கவும் தயாராக இருக்கின்றனர்.

ஒழுக்கம்தான் அந்த உயர்ந்த விலை!

ஒரு ஓட்டப் போட்டியில் வெற்றிபெற வேண்டுமென்றால் எந்தப் பயிற்சியும் இல்லாமல் அதில் கலந்துகொண்டு வெற்றியைப் பெற்றுவிட முடியுமா?

அதற்காகப் பல நாட்கள் கடினமான பயிற்சியை மேற்கொள்ள வேண்டும். நிறைய உணவுக் கட்டுப்பாடுகளைக் கடைப்பிடிக்க வேண்டும். புகை பிடிப்பதை நிச்சயமாகத் தவிர்க்க

வேண்டும். மதுவுக்கு 'நோ' சொல்லிவிட வேண்டும்.

இப்படி எவ்வளவோ கட்டுப்பாடுகள் உண்டு.

இதுபோன்ற ஒழுக்கக் கட்டுப்பாடுகளைக் கடைப்பிடித்தால் மட்டுமே ஓட்டப் பந்தயத்தில் பங்கேற்று பதக்கத்தை வெல்ல முடியும்.

விண்வெளி ஆய்வுக்காக அங்கு அனுப்பப்படுவதற்கு முன்னர் வீரர்கள் எத்தனை ஒழுக்கங்களைக் கடைப்பிடிக்க வேண்டும்! எடுத்த உடனே விண்வெளிக்குச் சென்றுவிட முடியாது.

ஒழுக்கம் என்பது கழுத்தை நெரிக்கும் கட்டுப்பாட்டுடன் கூடியது என்றே பலரும் நினைக்கின்றனர்.

ஒழுக்கம் என்பது 'பிரேக்' போன்றது. பிரேக் இல்லாவிட்டால் வாகனம் தறிகெட்டுப் போய் எங்காவது மோதி விபத்து ஏற்பட்டு விடும்.

எனவே பிரேக் அவசியம்.

வேகமான ஓட்டத்திற்குத் தடைக்கல்லாக இருக்கிறது என்று நினைத்து பிரேக்கைக் கழற்றி எறிந்துவிடலாமா?

யோசிக்க வேண்டும்.

வேகமாகச் செல்ல வேண்டிய இடத்தில் சென்றுதான் ஆக வேண்டும். ஆனால் சாலையில் இடையூறு ஏற்படுகிறபோது பிரேக் போட்டுத்தான் ஆக வேண்டும்.

அதுதான் சந்தோஷமான பயணத்தைத் தரும்.

பிரேக் என்னும் ஒழுக்கக் கட்டுப்பாடு இருந்தால்தான் உங்கள் வாழ்க்கைப் பயணமும் ஆனந்தமாக அமையும்.

ஒழுக்கம் என்பது கற்றுக்கொடுத்து வருவதில்லை. தங்கள் வீட்டுப் பெரியவர்கள், நண்பர்கள், ஆசிரியர்கள் என்று பலரையும் பார்த்துத்தான் அது வருகிறது.

தும்மல் என்பது இயற்கையின் உந்துதல். அதை நம்மால் தடுத்து நிறுத்த முடியாது.

சிலர் நாகரீகம் கருதி பலர் முன்னிலையில் இருக்கும்போது தும்மலைக் கஷ்டப்பட்டு அடக்குவார்கள். ஏனென்றால் பலர் முன்னிலையில் தும்மினால் அது ஒழுக்கக்குறைவாகிவிடும் என்பது தான் அதற்குக் காரணம்.

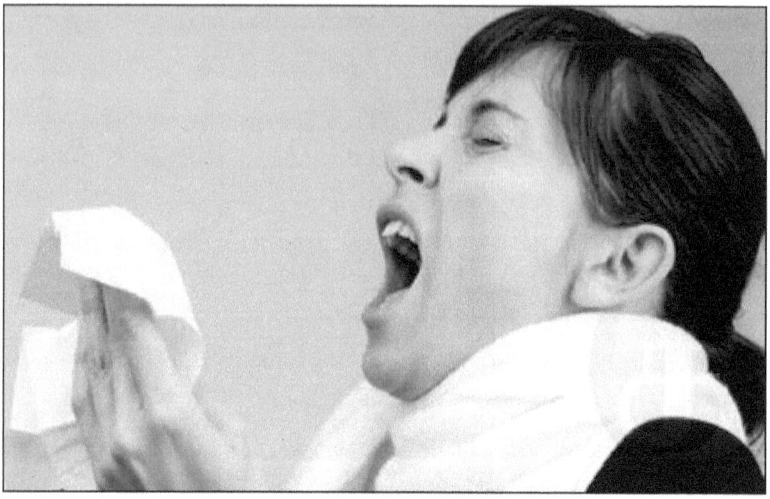

ஆனால் மருத்துவர்களின் ஆலோசனையைக் கேட்டால் அவ்வாறு தும்மலை அடக்குவது தவறு.

அதற்காக பலர் முன்னிலையில் பெருங்குரலெடுத்து தும்மல் போடுவதும் சற்று அநாகரீகமானதுதான். எனவே தும்மல் வருகிற போது கர்சீப்பால் முகத்தை மூடிக் கொண்டு தும்மலாம். பெரிதாகச் சப்தம் வராது. தும்மவும் செய்துவிடுவீர்கள்.

இது நாகரீகம்.

ஒழுக்கம் என்றும் சொல்லலாம்.

தும்மிய பிறகு 'சாரி' என்றோ, 'எக்ஸ்க்யூஸ்மி' என்றோ சொல்வது நாகரீகம்.

இவை எல்லாம் யாருக்கும் சொல்லிக் கொடுத்து வருவதில்லை. பலபேரோடு பழகும்போது இவற்றைத் தெரிந்து கொள்ள முடிகிறது.

இப்படிப்பட்ட ஒழுக்கமான நாகரீக விஷயங்களைப் பார்க்கும் போது அவற்றை நமது வாழ்விலும் கொண்டு செலுத்த வேண்டும் என்ற எண்ணம் வரவேண்டும்.

ஒழுக்கங்கள் திணிக்கப்படக்கூடாது. ஆனால் அவற்றைப் புரிந்துகொள்ளச் செய்ய வேண்டும்.

எப்படி?

வீட்டில் உள்ளவர்கள் அத்தனை பேரும் இரவில் சேர்ந்து சாப்பிடும் பழக்கத்தைக் கொண்டு வரவேண்டும்.

ஐந்து பேர் அடங்கிய குடும்பம் என்று வைத்துக் கொள்ளுங் கள். ஐந்து பேரும் வந்த பிறகே சாப்பிட வேண்டும் என்பதை எழுதப்படாத விதியாகக் கொண்ட வழக்கம் உள்ளது.

அப்படியானால் தினமும் ஐந்து பேரில் ஒருவர் வராமல் போனாலும் மற்றவர்கள் சாப்பிடாமல் அவருக்காகக் காத்துக் கொண்டிருப்பார்கள்.

பசித்தாலும்கூட அதைப் பற்றிக் கவலைப்படாமல் அவர்கள் அனைவரும் ஒருவருக்காகக் காத்துக் கொண்டிருப்பார்கள்.

அதேவேளையில் இன்னொன்றையும் நாம் உணர்ந்துகொள்ள வேண்டும். ஒருவருக்காக நான்கு பேர் சாப்பிடாமல் இருப்பது அந்த ஒருவருக்குக் கண்டிப்பாக வருத்தத்தைத் தரும். எனவே காலந்தாழ்த்தாமல் வீட்டிற்குத் திரும்ப வேண்டும் என்ற உந்துதலை அவருக்குத் தரும்.

இதுபோன்று சொல்லிக் கொடுக்காமல் பழக்கத்தின் காரண மாக ஏற்படுத்தப்படும் ஒழுக்கங்கள் நல்ல வெற்றியைத் தரும்.

நல்ல பழக்கங்களைப் பெரியவர்கள் குழந்தைகளுக்குச் சொல்லிக் கொடுப்பதைவிட செய்து காட்ட வேண்டும்.

குழந்தைகளிடம் சிகரெட் வாங்கி வரச் சொன்னால் அந்தக் குழந்தை என்றாவது ஒருநாள் அதைத் தனது வாயில் வைத்து புகைக்க ஆசைப்படத்தான் செய்யும்.

குப்பைத் தொட்டியில் தான் குப்பையைப் போட வேண்டும். அதை விடுத்து பக்கத்தில் காலியாக இருக்கும் இடத்தில் குப்பையை வீசினால் குழந்தைகளும் அதைத்தான் செய்யும்.

நற்பழக்கங்கள் பெரியவர்களின் வாயிலாகக் குழந்தைகளிடம் செலுத்தப்பட வேண்டும்.

ஒரு பொருளை எங்கிருந்து எடுக்கிறோமோ அதே இடத்தில் மீண்டும் வைக்க வேண்டும். குழந்தைகள் அவ்வாறு செய்வதில்லை.

ஆனால் அப்படிச் செய்ய வேண்டும் என்று அந்தக் குழந்தை களிடம் கண்டிப்புடன் சொன்னால் எரிச்சல் வரும்.

அதேநேரத்தில், ‘இந்த இடத்தில் வைப்பதற்குப் பதிலாக அங்கே கொண்டுபோய் வைத்துவிட்டாயா? பரவாயில்லை’ என்று

சொல்லி அக்குழந்தையின் கண்ணெதிரிலேயே அந்தப் பொருளை பழைய இடத்தில் நீங்கள் வைக்க வேண்டும்.

இதுபோன்று ஓரிரு தடவைகள் செய்கிறபோது குழந்தையின் உள்ளத்தில் ஆழமாகப் பதிந்துவிடும். அப்புறம் யார் தவறாகச் செய்தாலும் அக்குழந்தை அதைத் திருத்தும்.

குழந்தைப் பருவத்திலேயே பொறுப்புணர்வு வரவேண்டும் என்றால் நாம் பொறுப்புணர்வோடு நடந்துகொள்ள வேண்டும் என்பது அடிப்படை சித்தாந்தம்.

வெறும் வார்த்தைகளால் ஒழுக்கம் போதிக்கப்படுவதைக் காட்டிலும், ஒழுக்கம் கடைப்பிடித்துக் காட்டப்பட வேண்டும்.

அதுதான் நிச்சயமான நல்ல வெற்றியைத் தரும்.

ஒழுக்கம் என்பதை நிபந்தனையாகத் திணிப்பதால் பலன் கிடைக்காது.

ஒழுக்கத்தை நிலைநாட்ட கோபம் கொள்வதால் எந்தப் பலனும் இருக்கப் போவதில்லை.

கணவனுக்கும் மனைவிக்கும் இடையே அடிக்கடி சண்டை வருவது வழக்கம். அவர்கள் சண்டையிட்டுக் கொள்ளும்போது பேசும் அசிங்கமான வார்த்தைகள் வேலைக்காரிக்குத் தெரிந்துவிடக் கூடாது என்பதற்காக ஆங்கிலத்தில் கத்துவது வழக்கம்.

ஒருநாள் மனைவிக்கு சந்தேகம் வந்துவிட்டது. வேலைக்காரி யிடம் கேட்டாள், 'உனக்கு ஆங்கிலம் தெரியாது அல்லவா?"

அதற்கு அந்த வேலைக்காரி, 'ஆங்கிலம் தெரியாது. ஆனால் நீங்கள் இரண்டுபேரும் சண்டை போட்டுக் கொள்ளும்போது யாரிடம் தப்பு இருக்கிறது என்பதுமட்டும் தெரிந்துவிடும்' என்றாள்.

மனைவிக்கு அதிர்ச்சியாக இருந்தது. 'எப்படி?' என்று கேட்டாள்.

'யார் முதலில் கோபப்படுகிறார்கள் என்பதைக் கவனித்தாலே போதும்' என்றாள் வேலைக்காரி அமைதியாக.

மொழியை மாற்றிக் கொள்வதால் ஒழுக்கக்கேட்டை மறைத்து விட முடியாது.

ஒழுக்கம் என்பது மொழி, மதம், இனம் போன்ற அனைத்துக்கும் அப்பாற்பட்டது.

அது ஒரு மனித இயல்பு!

மனித குணம்!

மனித அழகு!

இன்னும் சொல்லப்போனால்....

மனிதம்!

மாணவர்கள் மற்றும் இளைஞர்களிடையே ஒழுக்கச்சீர்கேடு என்பது இன்றைய காலக்கட்டத்தில் பரவலாகக் காணப்படுகிறது.

இது ஒரு வருத்தமான உண்மை.

மாணவர்களிடம் ஒழுக்கம் சீர்குலைந்து காணப்படுகிறது என்ற குற்றச்சாட்டு வலுவாக எழுந்துள்ளது.

இங்கே மாணவர்கள் என்னும்போது அது இளைய சமுதாயம் அனைத்தையும் குறிக்கிறது என்பதை மனதில் நிறுத்திக் கொள்ளவும்.

அன்றைய இளைஞர்களைப்போல இன்றைய இளைஞர்கள் இல்லை என்று குறைசொல்வோரும் அதிகம் காணப்படுகின்றனர்.

இவ்வாறு குறை சொல்லும்போது இளைஞர்களின் இத்தகைய வருத்தம் கலந்த போக்குக்கு யார் காரணம் என்பதைப் பற்றியும் நாம் யோசிக்க வேண்டும்.

பெரியவர்களின் பங்களிப்பு சரியான முறையில் இல்லாமல் போனதுதான் இதற்கு முக்கியக் காரணம் என்பதை அனைவரும் ஒப்புக்கொள்ள வேண்டும்.

நடிகைகள் திரைப்படங்களில் கவர்ச்சிகரமாக உடையணிந்து வந்தால் அது அவர்களின் தொழில் என்பதைப் புரிந்துகொள்ள வேண்டும்.

அதைவிடுத்து அதேமாதிரியான உடைகளைத் தங்கள் வீட்டுப் பெண் குழந்தைகளுக்கும் அணிவிப்பது ஒழுக்கமற்ற செயல்தான். அதிலும் நான்கு அல்லது ஐந்து வயதுப் பெண் குழந்தைகளுக்கும் அவ்வாறு உடை அணியச் செய்வதை எந்த வகையில் ஏற்றுக்கொள்ள முடியும்?

இப்படி ஒழுக்கமற்ற முறையில் அறியாப் பருவத்திலேயே குழந்தைகளை வளர்த்தால், வளர்ந்த பிறகு அந்தக் குழந்தைகளிடம் எப்படி ஒழுக்கத்தை எதிர்பார்க்கமுடியும்?

அப்புறம் அவர்கள் ஒழுக்கச் சீர்கேடு உள்ளவர்களாக இருக்கிறார்கள் என்று குற்றம் சுமத்த இந்நாட்டு மன்னர்களுக்கு என்ன உரிமை இருக்க முடியும்?

நாளைய மன்னர்களாக இன்றைய இளைய சமூகம் நவீன நூற்றாண்டின் சவால்களை எதிர்கொள்ளக்கூடிய வல்லவர்களாக மாற்ற வேண்டிய பொறுப்பு இன்றைய தலைவர்களுக்கு இருக்கிறது என்பதை யாரும் மறந்துவிடக்கூடாது.

இன்றைய இளைஞர்களைச் சிறந்தவர்களாகவும், புடம்போட்ட தங்கமாகவும் மாற்ற வேண்டிய பொறுப்பும், தார்மீகமும் இந்தச் சமூகத்தில் உள்ள அனைவருக்கும் உண்டு.

அவர்களை நேர்வழியில் செலுத்த வேண்டிய கடமையைப் புறக்கணித்துவிட்டு அவர்களைக் குற்றம் குறை சொல்லிக் கொண்டிருப்பது அர்த்தமற்றது.

ஒழுக்கம் என்பது இன்றைய கல்வி நிலையங்கள் பலவற்றிலும் கண்டிப்புடன் கடைப்பிடிக்கப்பட்டு வருகிறது.

ஒழுக்கத்தைப் போதிப்பதில் இறுக்கமான நடைமுறைகளை வகுத்து செயல்பட்டு வருகின்றன.

ஒழுக்கத்திற்கான வரைமுறைகளைக் கடைப்பிடிக்காத மாணவர்களுக்குக் கடுமையான தண்டனை வழங்கும் சட்டமும் சில கல்வி நிலையங்களில் இருக்கின்றன.

ஒரு பள்ளியோ, கல்லூரியோ அதிக ரிசல்ட் கொடுப்பதால் மட்டுமே பொதுமக்களின் செல்வாக்கைப் பெற்றுவிடுவதில்லை. அந்தப் பள்ளி அல்லது கல்லூரியின் கடுமையான ஒழுக்கக் கட்டுப் பாடுகளும் பெற்றோர்களால் கருத்தில் எடுத்துக் கொள்ளப் படுகிறது என்பதை நினைவில் வைத்துக் கொள்ள வேண்டும்.

ஒரு பொறியியற் கல்லூரியில் மாணவர்களும், மாணவிகளும் பேசுவதே குற்றமாகப் பார்க்கப்படுகிறது. அந்த அளவிற்கு அந்தக் கல்லூரியில் கட்டுப்பாடுகள் அதிகம்.

ஆனால் இந்த ஒரு காரணத்தை மிகப் பெரிய விஷயமாகப் பெற்றோர்கள் பேசுகிறார்கள். அதற்காகவே அந்தக் கல்லூரியில் தங்கள் குழந்தைகளைச் சேர்ப்பதற்கு ஆசைப்படுகிறார்கள்.

அங்கு இடம் வாங்குவதற்காகப் பொருட் செலவு ஆனாலும் அவர்கள் அதற்கும் தயாராக இருக்கிறார்கள்.

இங்கே நாம் கவனிக்க வேண்டியது ஒழுக்கக் கட்டுப்பாடு களுக்கு பெற்றோர்கள் எவ்வளவு முக்கியத்துவம் கொடுக்கிறார்கள் என்பது மட்டுமே.

ஒழுக்கம் விழுப்பந் தரலான் ஒழுக்கம்
உயிரினும் ஓம்பப் படும்.

ஒழுக்கமே எல்லோருக்கும் மேன்மையைத் தருவதாக இருப்பதால், அந்த ஒழுக்கமே உயிரை விடச் சிறந்ததாகப் போற்றப்படும் என்பதுதான் இக்குறளின் விளக்கம்.

ஒழுக்கம் என்பது உயிரைவிடச் சிறந்தது என்கிறார் வள்ளுவப் பெருந்தகை.

ஆனால் இன்றைய சமுதாயம் தங்களின் ஒழுக்கத்தைப் பற்றிக் கவலைப்படுவதில்லை. அவர்கள் தங்களுக்கென்று கட்டுப்பாடுகள் அதிகமாக வகுத்துக் கொள்வதில்லை. அதை விரும்புவதும் இல்லை.

எனினும் தங்கள் குழந்தைகள் ஒழுக்கமாக இருக்க வேண்டும் என்பதில் மட்டும் கவனமாக இருக்கிறார்கள்.

இதுதான் இன்றைய சமூகம்.

சொல்லப்போனால் இந்த மாதிரியான நிலைப்பாடு வருத்தப் படக்கூடியதே.

தினமும் நண்பர்களுடன் டாஸ்மாக் போய் குடித்துவிட்டு வீடு திரும்பும் தந்தை, தனது மகன் 'மது அருந்துவதில்லை' என்று பெருமையாகப் பேசுவதற்கு ஆசைப்படுகிறார்.

இது எந்த வகையில் நியாயம்?

தந்தையின் மனம் வருந்தக்கூடாது என்பதற்காக தந்தைக்குத் தெரியாமல் மது அருந்துகிறான் மகன்.

சமுதாயச் சீரழிவு என்பது இப்படித்தான் இருக்கிறது.

அறிவுரை கூறும் தகுதி அந்த அறிவுரைப்படி நடப்பவனுக்கு மட்டுமே உண்டு.

அதனால்தான் காந்தியடிகள் இன்றும் 'மகாத்மா' என்று போற்றப்படுகிறார்.

அறிவுரைகள் வழங்குவதற்கு முன்பு அதை அவர் கடைப்பிடிக்கிறார். அதனால்தான் அவரது அறிவுரை பலம் பொருந்தியாக உள்ளது.

உண்ணாவிரதப் போராட்டத்தை அறிவித்தால் முதல் ஆளாக அவர்தான் உண்ணாவிரதத்தில் அமர்கிறார்.

சுயகட்டுப்பாடு என்பதை வெறும் வார்த்தைகளால் உபதேசித்தவர் கிடையாது. அவரே அதனை அனுபவித்துவிட்டுத் தான் மற்றவர்களுக்கு உபதேசித்தார்.

இன்று யாரும் இந்த அளவிற்கு ஒழுக்கக் கட்டுப்பாடுகளைக் கடைப்பிடிக்காதவர்களாக இருப்பதால்தான் இன்றைய இளைஞர் கள் அவர்களின் உபதேசத்திற்கு முக்கியத்துவம் தருவதில்லை.

எனவே பெற்றோர்களும், ஆசிரியர்களும் இளைஞர்களிடம் ஒழுக்க உபதேசங்கள் தருவதைக்கூட தற்போது குறைத்துக் கொண்டார்கள் என்பதுதான் உண்மை.

இவ்வாறு நடந்து கொள்வதால் இளைஞர்கள் ஒழுக்க நடவடிக்கைகளில் அக்கறையற்றவர்களாக இருக்கின்றனர். தங்கள் மனம்போன போக்கில் வாழ்கிறார்கள்.

'இளம் கன்று பயமறியாது' என்பதற்கேற்ப பின்விளைவுகள் பற்றிய யோசனை இல்லாமல் செயல்படுகிறார்கள்.

சிறிதளவு ஒரு புதிய விஷயத்தைத் தெரிந்து கொண்டதும், அந்த விஷயத்தை முழுமையாகத் தெரிந்து கொண்ட மாதிரி நினைத்துக் கொள்கிறார்கள்.

அதைப்பற்றிய அறிவு உடைய பெரியவர்களின் அனுபவத்தை அவர்கள் ஒரு பொருட்டாகவே மதிப்பதில்லை. வயதான காரணத்தால் அவர்கள் உடல் வலுவைத்தான் இழந்திருப்பார்களே தவிர, அனுபவ அறிவு அவர்களுக்கு அதிகம் என்ற உண்மையை அவர்கள் உணர்ந்து கொள்வதே இல்லை.

நிறைய இளைஞர்கள் இப்படித்தான் இருக்கிறார்கள்.

இதற்குக் காரணம் பெற்றோர்களும், ஆசிரியர்களும் அவர்களிடம் இந்த உண்மைகளைத் தெளிவாகக் கற்றுக் கொடுக்காமல் போனதுதான்.

அப்புறம் ஒழுக்க விஷயங்களில் அதிக அக்கறை செலுத்தாமல் குழந்தைகளை வளர்ப்பதால், உண்மைகளை உரக்கச் சொன்னாலும் அவர்கள் அதை ஏற்றுக்கொள்வதில்லை.

முடி வெட்டிக் கொள்வதில் இருந்து திருத்தமான உடைகள் அணிவது, சுத்தமான காலணி அணிவது என்று அனைத்திலும் குழந்தை பருவத்திலேயே ஒரு ஒழுங்கு முறையோடு வளர்ப்பது அவசியம்.

பள்ளிக்குச் செல்கிறபோது சீருடை கட்டாயம் என்பதால் அதில் ஒரு ஒழுங்கு இருந்து வருகிறது. ஆனால் அதேசமயம், பள்ளியில் இருந்து வீடு திரும்பியதும் ட்யூஷனுக்குச் செல்லும் போது கன்னாபின்னாவென்று உடைகள் அணிந்து கொள்வதற்கு பெற்றோர்கள் இடம் தந்துவிடுகிறார்கள்.

அதே சீருடை பழக்கத்தை வீட்டிலும், மற்ற பொது இடங்களிலும் குழந்தைகள் கடைப்பிடிக்கும்படி பெற்றோர்கள் நடந்து கொண்டால் வளர்ந்த பிறகு அந்தக் குழந்தைகள் சிறப்பான ஆடைகளை அணியும் நல்ல பழக்கத்திற்கு விதையாக அமையும்.

இதைப் பெற்றோர்கள் செய்யத் தவறுகிறார்கள். தங்களின் பணக்காரத்தனமும், திரைப்படப் பாதிப்பும் சேர்ந்து தங்கள் குழந்தைகளுக்கு நாகரீகம் என்ற பெயரில் மோசமான உடைகளை அணிவதற்கு காரணமாகிறார்கள்.

ஒழுக்கம் என்பது இப்படித்தான் மெல்ல மெல்ல சீர்கேட்டை அடையத் தொடங்கிவிடுகிறது என்ற உண்மையை பெற்றோர்கள் அப்போது உணரத் தவறிவிடுகிறார்கள்.

ஒரு மாணவன் ஏதோ ஒரு சாதனைக்காகப் பரிசு பெறுகிறான் என்று வைத்துக் கொள்வோம். பரிசளிப்பவர் நிச்சயமாக மிகப்

பெரிய விருந்தினராகத்தான் இருப்பார். எனவே பரிசை அவரிடம் இருந்து பெறுகிறபோது பணிவோடு நடந்து கொள்ள வேண்டும்.

இதை மாணவர்களுக்குப் பெற்றோரும், ஆசிரியரும் விளக்கிச் சொல்லிக் கொடுக்க வேண்டும். திரும்பத் திரும்ப நல்ல பயிற்சியும் அளிக்க வேண்டும்.

ஏனென்றால் மாணவர்கள் விருந்தினரிடம் பரிசைப் பெறும் போது பெரும்பாலும் அவரிடம் இருந்து அதனைப் பறித்துச் செல்வது போன்றே செயல்படுகிறார்கள்.

இது ஒரு தவறான பழக்கம்.

விருந்தினரை அவமரியாதை செய்வது போன்ற ஒழுக்கச் சீர்கேடு என்றுதான் சொல்ல வேண்டும்.

பொதுவாக மாணவப் பருவத்திலேயே ஒழுக்கம் என்னும் விதை விதைக்கப்பட்டு, தண்ணீரும், உரமும் அளித்து நன்றாக வளர்த்தால் அது வருங்காலத்தில் விருட்சமாக வளர்ந்து நிற்கும்.

வீட்டில் தாய், தந்தையர் சொல்லும் வேலையைச் செய்ய மறுக்கும் குழந்தைகள்கூட, பள்ளியில் ஆசிரியர் கட்டளையிடும் வேலையை மறுக்காமல் செய்வார்கள்.

எனவே ஒரு குழந்தைக்கு நல்லொழுக்கத்தைப் புகுத்துவதில் பெற்றோர்களை விடவும் ஆசிரியர்களுக்கே அதிகப் பொறுப்பு இருக்கிறது.

மாணவர்களுக்கு முன்மாதிரியாக ஆசிரியர்கள் நடந்து கொள்ள வேண்டும். அவ்வாறு செய்யத் தவறும்போது மாணவர்களிடம் ஒழுக்கச் சீர்குலைவை அது தாராளமாக்கி விடுகிறது.

மாணவர்களிடம் தோழமை உணர்வோடு பழகுவதாக நினைத்துக் கொண்டு ஆபாச ஜோக்குகள் அடிக்கும் ஆசிரியர்கள் உண்டு.

இது தவறான நடைமுறை.

ஒருகட்டத்தில் அந்த ஆசிரியர் மீதான மதிப்பும், மரியாதையும் முழுவதுமாக மாணவர்களிடம் நீர்த்துப் போய்விடும். அவரை ஆசிரியராகவும் மதிக்க மாட்டார்கள், நண்பர்களாகவும் ஏற்றுக் கொள்ள மாட்டார்கள்.

தனது சொந்த அலுவல்களை மாணவர்கள் செய்யுமாறு பணித்தால் அது ஒழுக்கக்கேடாகத்தான் அமையும்.

இன்று அரசு அதிகாரிகளாக இருப்பவர்களில் பலரும், அரசு வாகனங்களைத் தங்களின் சொந்தப் பயன்பாட்டிற்கு உபயோகிக்கும் காட்சிகளை நாம் பார்க்கத்தான் செய்கிறோம்.

தங்களின் சொந்த நலனுக்கு அதிகாரத்தைப் பயன்படுத்துவது தவறு என்கிற அடிப்படை ஒழுக்கம் அவர்களிடம் இல்லாத நிலைமை காணப்படுகிறது.

ஏனென்றால் சிறுவயதிலேயே அப்படியொரு பாடம் அவர்களுக்குக் கற்றுத்தரப்படவில்லை. அவர்களது பெற்றோரும்,

ஆசிரியரும் இதே மாதிரியான தவறைச் செய்திருக்கிறார்கள். அதனால்தான் அது பெரிய தவறு என்று அவர்கள் நினைப்பது இல்லை. சர்வசாதாரணமாகத் தவறு செய்கிறார்கள். அதை யாராவது சுட்டிக்காட்டுகிறபோது அவர்கள் சினம் கொள்கிறார் கள்.

ஒழுக்கமற்ற செயல்களில் ஈடுபடும் இளைஞர்கள் அதனைத் திருத்திக் கொள்ளும் அறிவுரையை ஏற்க மறுக்கும் நிலைதான் இன்று அதிகமாகக் காணப்படுகிறது.

தவறுகளைச் சுட்டிக்காட்டினால் அவர்கள் மீது கோபம் கொள்ளும் இளைஞனைத்தான் பார்க்க முடிகிறது. கோபத்தை சில இளைஞர்கள் வன்முறை வாயிலாகத் தீர்த்துக் கொள்ளும் தவறுகளும் நடைபெறுகின்றன.

ஒருசில இளைஞர்களோ, தங்கள் தவறைத் திருத்திக் கொள்ளவும் முடியாமல், உபதேசங்களை ஏற்றுக்கொள்ளவும் முடியாமல் மனதிற்குள் இறுக்கத்தை வரவழைத்து, கடைசியில் தற்கொலை முயற்சியில் ஈடுபட்டுவிடும் பரிதாபமும் நிகழ்கிறது.

இதனால் இளைஞர்கள் என்ன செய்தாலும் அதனைத் தட்டிக் கேட்க வேண்டாம் என்ற மனப்பான்மை பலரிடமும் ஏற்பட்டுள்ளது.

ஒழுக்கம் என்பது தங்களை இறுக்கிப் பிடித்துக் கொண்டிருப் பதாகத்தான் குழந்தைகள் நினைக்கின்றனர். ஆனால் அது உண்மை கிடையாது என்பதை உணர்த்த வேண்டிய பொறுப்பு பெற்றோர்களுக்கும், ஆசிரியர்களுக்கும் இருக்கிறது.

தனது மகனுடன் சேர்ந்து தந்தை ஒருவர் பட்டம் விட்டுக் கொண்டிருந்தார். அப்போது தந்தை மகனிடம், “இந்தப் பட்டத்தில் நூலின் வேலை என்னவென்று சொல் பார்ப்போம்” என்றார்.

அதற்கு மகன் சட்டென்று, “இந்தப் பட்டத்தை நூல்தான் இழுத்துப் பிடித்துக் கொண்டிருக்கிறது” என்றான்.

அதற்குத் தந்தை, “இல்லை மகனே. நூல்தான் பட்டத்தைப் பறக்க வைத்துக் கொண்டிருக்கிறது” என்றார்.

மகன் கிண்டலாகச் சிரித்தான்.

உடனே தந்தை கத்தரியால் நூலை வெட்டினார். பட்டம் தாறுமாறாகப் பறக்க ஆரம்பித்தது. அப்புறம் சற்று நேரத்தில் சிறிது தொலைவில் போய் விழுந்தது.

“ஒழுக்கம் என்பது இப்படித்தான். அது உன்னை இழுத்துப் பிடித்திருப்பதாக நினைத்துக் கொண்டிருக்கிறாய். அதிலிருந்து அறுத்துக் கொண்டால் சுதந்திரம் என்று நினைக்கிறாய். ஆனால்

அந்தச் சுதந்திரம் ரொம்பத் தாற்காலிகமானது. சீக்கிரமே கீழே விழுந்து விடுவாய். ஒழுக்கம் தான் உன்னைக் கொடி கட்டிப் பறக்க வைத்துக் கொண்டிருக்கிறது. அதிலிருந்து உன்னை அறுத்துக் கொள்ளாதே" என்றார் தந்தை மகனிடம்.

ஒருவன் வாழ்க்கையில் உயர்ந்த இடத்தை அடைய வேண்டும் என்றால் அவனுக்கு ஒழுக்கம் என்ற நூல் அவசியம். அது தன்னை இழுத்துப் பிடிப்பதாக நினைத்து அறுக்க நினைத்தால் வேகமாகக் கீழே விழ நேரிடும். உன்னைப் பறக்க வைக்கும் நூல் அது. அதாவது நூல் என்னும் ஒழுக்கம். அதை அறுக்க நினைக்கக்கூடாது.

ஒரு இளைஞனோ, யுவதியோ தங்களுக்குப் பிடித்தமான ஆசிரியர், தந்தை போன்ற யாரையாவது தங்களின் முன்மாதிரியாக நினைக்கிறார்கள். அவர்களின் பேச்சு, நடை, உடை போன்றவற்றை அப்படியே பின்பற்றுவார்கள்.

நான் பள்ளியில் படித்துக் கொண்டிருந்தபோது ஒருநாள் எனது நண்பன் தனது கால் சட்டைப் பாக்கெட்டிற்குள் பழைய துணிகளை அடைத்து வைத்துக் கொண்டு வகுப்புக்கு வந்தான்.

எனக்குக் குழப்பம். நண்பனின் செயல்பாடு எனக்கு பைத்தியக் காரத்தனமாகத் தெரிந்தது.

அவனிடம் அதுபற்றிக் கேட்டபோது நண்பன் அளித்த பதில் அதிர்ச்சியாக இருந்தது.

'ஞானதுரை சார் மாதிரி வைத்திருக்கிறேன். நன்றாக இருக்கிறதா?" என்று கேட்டான்.

ஞானதுரை மாணவர்களின் மத்தியில் மிகப் பெரிய ஹீரோ. அவர் நடை, உடை, பாவனை மாணவர்களை வெகுவாக ஈர்த்தது. அவர் பாடம் நடத்தும் விதம் அவர்களைக் கவர்ந்தது. அவரை மாதிரியே மாணவர்கள் பலரும் நடந்து கொள்ள ஆசைப்பட்டதும் உண்டு.

அந்த அளவிற்கு ஞானதுரை பற்றிய ஹீரோயிசம் மாணவர் கள் மத்தியில் குவிந்து கிடந்தது. அதன் ஒரு பகுதிதான் அவர் தனது முழுக்கால்சட்டை பாக்கெட்டுக்குள் குட்டி டர்க்கி டவல்களை 'புஸ்'ஸென்று வைத்து ஒரு ஸ்டைலாக வந்ததை, எனது நண்பனும் காப்பியடித்துள்ளான்.

இப்படி நிறைய மாணவர்கள், இளைஞர்கள் இருக்கிறார்கள். தங்கள் மனம் கவர்ந்தவரின் செயல்களை அப்படியே காப்பி அடிப்பதைத் தீவிரமாகக் கொண்டிருப்பார்கள்.

அந்த மனம் கவர்ந்தவர் நல்லனவற்றைச் செய்பவராக இருந்தால் அவரைப் பின்தொடரும் இளைஞர்களும் நல்லவர்களாக இருப்பார்கள். அவ்வாறின்றி கெட்ட செயல்களைச் செய்தால் அவரைப் பின்தொடர்பவர்களும் அவ்வாறுதான் இருப்பார்கள்.

எனவே ஆசிரியர்களும், பெற்றோர்களும், பெரியவர்களும் இளைய சமூகத்தினரிடம் எப்போதும் இன்சொல் பேச வேண்டும். அவர்கள் அணியும் உடைகள் நாகரீகமும், கண்ணியமும் மிகுந்ததாக இருக்க வேண்டும்.

குழந்தைகள் ஒழுக்கமிக்கவர்களாக விளங்குவதற்கு பெற்றோர்களும், ஆசிரியப் பெருமக்களும்தான் முக்கியக் காரணகர்த்தாவாக விளங்குகின்றனர்.

குழந்தைப் பருவத்திலேயே நல்லது, கெட்டது என்னவென்று அவர்களுக்குத் தெளிவாகப் புரிகிற விதத்தில் சொல்லிக் கொடுப்பது இவர்களின் கடமை.

ஒருவர் தன் மனைவியை அழைத்துக் கொண்டு ஆற்றங்கரைக்குப் போயிருந்தார். அங்கே மனைவியிடம் ஒரு பையைக் கொடுத்தார். அங்கிருந்த பெரிய பெரிய கற்களைக் காண்பித்து, 'இந்தப் பையை அந்தக் கற்களால் நிரப்பு' என்றார்.

அவர் மனைவியும் அப்படியே நிரப்பி வந்தாள். 'இவ்வளவுதான் நிரப்ப முடியும்' என்று பையைத் தன் கணவனிடம் கொடுத்தாள்.

கீழே கிடந்த கூழாங்கற்களில் சிலவற்றை எடுத்த அவளது கணவர், அதே பையில் போட்டுக் குலுக்கினார். அவை பெரிய கற்களுக்கு நடுவில் இருந்த இடைவெளிகளில் உள்ளே இறங்கின.

ஒரு கட்டத்தில் மேற்கொண்டு கூழாங்கற்களைப் போட இடம் இல்லை. 'இப்போதாவது நிரம்பிவிட்டதாக ஒப்புக் கொள்வீர்களா?' என்று கேட்டாள்.

ஆனால் கணவர் அப்போதும் ஒப்புக்கொள்ளவில்லை. அங்கிருந்த மணலை அள்ளிப் பையில் போட்டார். பின்னர் பையை மேலும் குலுக்கினார். கற்கள், கூழாங்கற்களுக்கு இடையில் இருந்த இடைவெளிகளில் மணல் இறங்கியது.

'இதே பையை முதலில் மணலால் நிரப்பியிருந்தால், பெரிய கற்களுக்கு இடம் இருந்திருக்குமா?' என்று மனைவியைப் பார்த்துக் கணவர் கேட்டார்.

‘நிச்சயமாக இடம் இருந்திருக்காது’ என்றாள் மனைவி.

‘நம் வாழ்க்கையை மேம்படுத்தக்கூடிய அன்பு, கருணை, உடல்நலம், மனநலம் போன்ற உன்னதமான விஷயங்கள் அனைத்தும் பெரிய கற்களைப் போன்றவை.

வேலை, வீடு, கார் போன்ற செல்வங்கள் கூழாங்கற்களுக்குச் சமமானவை.

கேளிக்கை, வீண் அரட்டை போன்ற அற்ப விஷயங்கள் இந்த மணலைப் போன்றவை.

முதலில் பெரிய விஷயங்களுக்கு வாழ்க்கையில் இடம் கொடுக்க வேண்டும். அதன் பின்னர் சின்னச் சின்ன விஷயங்களுக்கு இடம் கொடுக்க வேண்டும். அதைவிடுத்து நமது வாழ்க்கையை அற்பமான விஷயங்களுக்காகச் செலவு செய்து விட்டால், முக்கியமான நல்ல விஷயங்களுக்கு இடம் இல்லாமல் போய்விடும்’ என்றார் கணவர்.

இதைத்தான் ஒழுக்கம் என்கிறோம்.

நம் வாழ்க்கையை மேம்படுத்தக்கூடிய வகையிலான நல்ல எண்ணங்களைக் கொண்டிருந்தால் நல்ல மனிதனாக வாழ முடியும். நாடு போற்றும் மாமனிதராகச் சிறக்க முடியும்.

03

இனிமை

இனிமை என்பது தெய்வீகமானது. அது உலகில் உள்ள உயிர்கள் அனைத்தையும் ஈர்க்கும் அற்புத சக்தி மிக்கது.

குழந்தைப் பருவத்தை சற்றே திருப்பிப் பாருங்கள். இனிமை என்பது எத்துணை அருமை யானது என்பதை உணரமுடியும்.

சிறுவயதில் நிறைய குழந்தைகளுடன் பழகி னாலும் ஒருசில குழந்தைகள் மட்டுமே உங்களின் நல்ல நண்பனாக இருந்திருக்க முடியும். அதிலும் குறிப்பாக உயிர்த் தோழனாக ஒருவனோ அல்லது இரண்டு பேரோ மட்டுமே இருக்க முடியும்.

ஏன் அப்படி?

நிறைய பேரோடு பழகினாலும் ஒருவன் மட்டுமே உயிருக்கு உயிராக இருப்பதற்கு என்ன காரணம்?

இந்த மாதிரியான உயிர் நண்பன் சில நேரங்களில் காரணம் எதுவும் சொல்லாமலேயே உங்கள் நட்பைத் தவிர்த்திருக்கலாம். அல்லது ஒரு சிறிய கருத்து வேறுபாட்டினால் உங்கள் நட்பை உதறித் தள்ளியிருக்கலாம்.

குழந்தைப் பருவத்தில் இம்மாதிரியான அனுபவம் எல்லோருக்குமே ஏற்பட்டிருக்கும்.

அதுபோன்ற நேரங்களில் உங்கள் மனம் அடைந்த வேதனை மிகக் கொடியதாக இருந்திருக்கும்.

அவனோடு மீண்டும் நட்பு செலுத்த உங்கள் உள்ளம் துடியாய்த் துடிக்கும்.

அவன் செல்லும் இடமெல்லாம் பின்தொடர்ந்து சென்று அவன் நட்புக்காக ஏங்கும்.

மைதானத்தில் கால்பந்து விளையாடும்போது வேண்டு மென்றே அவன் கோல் அடிக்க விட்டுக்கொடுக்கும். அப்படியாவது அவனுடனான நட்பு மீண்டும் புதுப்பிக்கப்படாதா என்ற எதிர் பார்ப்பில்தான் இப்படி எல்லாம் நடக்கத் தோன்றும்.

இதுபோன்ற எந்தப் பாச்சாவும் பலிக்காத நிலையில் வேறு வழியில்லாமல் அவனிடம் சரணாகதி அடைந்துவிடவும் முயற்சி செய்வீர்கள்.

ஆனால் அப்போதும் உங்கள் கோரிக்கையை அந்த நண்பன் நிராகரித்துவிடுவான். முகத்தைத் திருப்பிக் கொண்டு போய்விடுவான்.

இதற்கு மேலும் உங்களால் பொறுத்துக்கொள்ள முடியாது. நேராக அவன் பெற்றோரிடம் போய், ‘என்னோடு மீண்டும் பேசச் சொல்லுங்க அங்கிள்’ என்று கெஞ்சும் நிலை ஏற்படும்.

கடவுளிடம் பிரார்த்தனை செய்யும் நிலைகூட உருவாகும்.

இவை அனைத்தும் மனிதனாகப் பிறந்த ஒவ்வொருவருக்கும் ஏற்படக்கூடியதுதான்.

எதற்காக அந்த நட்பு மீண்டும் தேவைப்படுகிறது?

அந்த நண்பனின் இனிமையான குணம்தான் அவனை விட்டு நிரந்தரமாகப் பிரிவதற்கு மனம் இடம்தர மறுக்கிறது.

இனிமை என்பது அவ்வளவு சுகமானது!

இனிமை என்பது அவ்வளவு இன்பமானது!

இனிமை என்பது அவ்வளவு சுவாரஸ்யமானது!

அதைவிட்டுப் பிரியவே முடியாது.

பிரிந்தாலும் மீண்டும் ஒட்டுவதற்காகத் துடிதுடிக்கும்.

எங்காவது பொது இடத்தில் கைக் குழந்தைகளுடன் நிறைய தாய்மார்கள் இருப்பார்கள். அதிலொரு குழந்தை சம்பந்தமே இல்லாமல் உங்களையே கூர்ந்து கவனிக்கும். உங்களைப் பார்த்து சிரிக்கும். கை நீட்டி அழைத்தால் உங்களிடம் வந்துவிடும். அப்புறம் சற்று நேரத்தில் குழந்தையின் தாய் அழைத்துப் பார்த்தாலும் உங்களைவிட்டுப் பிரிந்து செல்ல மறுத்து அடம்பிடிக்கும்.

இதுபோன்ற காட்சிகள் உங்களுக்கே நடந்திருக்கலாம். அல்லது எங்காவது இதுபோன்ற அற்புதமான காட்சியைக் கண்டு நீங்கள் இரசித்திருக்கவும் செய்யலாம்.

உங்கள் முகம் இனிமையாக இருப்பதே இத்தகைய விசித்திர அனுபவ நிகழ்வுக்குக் காரணம்.

இனிமையாக இருப்பவர்களின் முகத்தில் அதன் பிம்பம் பிரகாசிக்கும்.

இனிமையாக இருப்பவர்களின் முகம் அழகாய் ஜொலிக்கும்.

அவன் அல்லது அவள் 'நல்ல களையாக இருக்கிறான்' என்று சொல்வதைக் கேட்டிருக்கலாம். நாமேகூட அவ்வாறு சொல்லியும் இருக்கலாம்.

'களை' என்பது இயல்பாகவே வந்துவிடுவதில்லை. அது இதயத்தில் சிம்மாசனம் கொண்டிருக்கும் இனிமையின் வெளிப்பாடு.

நிறைய பேர்களிடம் ஒரு தாழ்வு மனப்பான்மை உண்டு. அதாவது மற்றவர்களுக்கு உங்களைப் பிடிக்காது அல்லது பிடிக்கவில்லை என்றும், அவர்கள் உங்களைப் பற்றிக் குறைகூறுவார்கள் என்றும் நினைப்பார்கள்.

ஏன் இப்படி நினைக்க வேண்டும்?

அவரவர்க்கு ஆயிரம் வேலைகள் இருக்கின்றன. அவர்களின் சொந்தப் பிழைப்பைப் பார்க்கவே நேரம் போதவில்லை. இந்த லட்சணத்தில் உங்களைப் பற்றியா அவர்கள் கவலைப்படப் போகிறார்கள்?

உங்களை வெறுத்துக் கொண்டிருக்கவோ, குறைகூறித் திரியவோ அவர்களுக்கு நேரம் இல்லை என்ற உண்மையை நீங்கள் உணர்ந்து கொள்ள வேண்டும்.

நீங்களாக ஏதாவது தப்பும் தவறுமாக நடந்து கொண்டால் அன்றி உங்களைப் பற்றி யாரும் சிந்திக்கக்கூட மாட்டார்கள்.

இதுதான் உண்மை!

இதுதான் யதார்த்தம்!

மற்றவர்களைவிட எந்த விதத்திலும் நீங்கள் கீழானவர்கள் கிடையாது.

அவர்களைவிட எந்த விதத்திலும் நீங்கள் இளக்காரமானவர்களும் கிடையாது.

அடுத்தவர்களைவிட எந்த விதத்திலும் நீங்கள் தாழ்ந்தவர்கள் கிடையாது.

எனவே தாழ்வு மனப்பான்மையைக் கைவிடுங்கள்.

அதேபோல மற்றவர்களைக் காட்டிலும் கெட்டிக்காரர்களாக

விளங்க வேண்டும் என்று நினைத்துக் கொண்டு எல்லாவற்றிலும் போட்டி போட முயல்வதும் சிலரின் குணமாக இருக்கும்.

ஏன் அப்படி நினைக்க வேண்டும்?

ஒவ்வொரு மனிதனிடமும் ஒவ்வொரு திறமை இருக்கும். உங்களிடம் அப்படிப்பட்ட திறமை என்னவென்று பார்த்து அதில் கவனம் செலுத்துங்கள். அதில் வெற்றிபெறக் கடுமையாக முயற்சி செய்யுங்கள்.

இப்படி தாழ்வு மனப்பான்மை மற்றும் உயர்வு மனப்பான்மை ஆகியவற்றை ஓரம்கட்டி வைத்துவிட்டால்போதும், உங்கள் செயலில், சொல்லில், நடத்தையில் அற்புதமான இனிமை வந்து சேர்ந்துவிடும்.

மற்றவர்களின் கருத்தில் இருந்து மாறுபட்டே இருக்க வேண்டும் என்ற எண்ணத்தை வளர்த்துக் கொள்ள வேண்டாம்.

அடுத்தவர்கள் என்ன பேசினாலும் அதில் குற்றம் குறை கண்டு பிடித்து அவர்களை 'மட்டம்' தட்டிக் கொண்டே இருக்க வேண்டும் என்ற எண்ணத்தை எதற்காக வளர்த்துக் கொள்ள வேண்டும்?

மற்றவர்களின் கருத்துக்களோடு அனுசரித்துப் போவதால் எந்தவிதத்திலும் நீங்கள் குறைந்து போய்விட மாட்டீர்கள். அனுசரித்துப் போவது என்பதே பிழையானது என்ற தவறான எண்ணம் இருந்தால் அதைக் களைந்துவிடுங்கள்.

பேசுவது நீங்களாக மட்டுமே இருக்க வேண்டும் என்ற எண்ணம் பலரிடமும் காணப்படுகிறது. மற்றவர்கள் எப்போதும் கேட்டுக் கொண்டே இருக்க வேண்டும் என்று நினைப்பார்கள்.

அது தவறு.

எப்படி நீங்கள் பேசுவதை மற்றவர்கள் கேட்க வேண்டும் என்று நினைக்கிறீர்களோ, அதேபோல, அவர்கள் பேசுவதையும் நீங்கள் கேட்கத்தான் வேண்டும். மற்றவர்கள் பேசுவதையும் காது கொடுத்துக் கேட்கப் பழகிக் கொள்ள வேண்டும்.

இதுபோன்ற பழக்கங்களை மேற்கொண்டால் இதமான இனிமை என்பது உங்களை வந்தடையும்.

இனிமை குணத்தைக் கொண்டவர்கள் உயர்ந்தவர்களாகவும், அவ்வாறு இல்லாதவர்கள் தாழ்ந்தவர்களாகவும் மதிக்கப்படுகிறார் கள்.

பிறப்பாலும், வளர்ப்பாலும் தாழ்ந்த குணத்தை உடையவனிடம் இனிமை இருந்தால், அவனது தாழ்ந்த செயல்கள் தானாகவே மறைந்து போய்விடும்.

இனிமை என்பதை இனிப்புக்கு ஒப்பிடலாம். விருந்தினர்களை உபசரிக்கும்போது அவர்களுக்கு இனிப்பை முதலில் பரிமாறுவது வழக்கம்.

'சுவீட், காரம், காபி' என்றுதான் சொல்வார்கள். அங்கும் இனிப்புதான் முன்னிலை வகிக்கிறது.

முக்கிய விசேஷ நாட்களில் இனிப்பு வழங்குவதுதான் சிறப்பு. சுதந்திர தினம், குடியரசு தின நாட்களில் தேசிய கொடியேற்றியதும் இனிப்பு வழங்குகிறோம்.

பிறந்த நாள் விழாக்களின்போது கேக் வெட்டிக் கொண்டாடு கிறோம். கேக் இனிப்பு என்பதை மறந்துவிடக் கூடாது.

இனிப்பு சாப்பிட்டால் இனிமை பெருகும் என்பது நம் முன்னோர்கள் கண்டறிந்த உண்மை. அதைத்தான் நாம் இன்றும் தொடர்ந்து பின்பற்றி வருகிறோம்.

குருநாதர் ஒருவர் தனது சீடர்களுக்கு ஒரு போட்டியை அறிவித்தார். 'இரண்டு கேள்விகள் கேட்பேன். இரண்டுக்கும் யார் சரியான பதிலைச் சொல்கிறாரோ அவர்தான் இனிமேல் தலைமை சீடர்' என்றார்.

சீடர்களும் போட்டிக்குத் தயாராகினர்.

முதல் கேள்வியைக் கூறினார், 'உலகிலேயே இனிமையான ஒரு பொருளைக் கொண்டு வாருங்கள்.'

சீடர்கள் ஒவ்வொருவரும் இனிமையான பொருளைத் தேடிக் கொண்டு வருவதற்காக ஆளுக்கொரு திசையை நோக்கி விரைந்தனர்.

மறுநாள் ஒரு சீடன் உலகிலேயே இனிமையான பொருள் கரும்பு என்று அதனைக் கொண்டுவந்தான்.

இன்னொரு சீடன் தேன் கொண்டுவந்து கொடுத்தான்.

இப்படி சீடர்கள் ஒவ்வொருவரும் ஒவ்வொரு பொருளைக் கொண்டுவந்து கொடுத்தனர்.

ஒரேயொரு சீடன் மட்டும் தனியே ஓரமாக ஒதுங்கி நின்றான்.

அவனைப் பார்த்து குரு, 'நீ என்ன கொண்டு வந்தாய்?' என்று கேட்டார்.

தான் கொண்டு வந்திருந்த மிகச் சிறிய பெட்டியை குருவிடம் கொடுத்தான். அதைத் திறந்தார் குரு. அதனுள் ரொம்ப தத்ரூபமாக வரையப்பட்ட ஒரு நாக்கு படம் இருந்தது.

'நாக்கு படத்தை வரைந்து கொண்டு வந்திருக்கிறாயே, நாக்கு தான் உலகிலேயே இனிமையான பொருளா?' என்று கேட்டார்.

'ஆமாம் குருநாதா, நாக்குதான் இனிமையான பொருள். ஏனென்றால் மனிதனை தேவன் அளவிற்கு உயர்த்துவது அவனது நாவின் இனிமைதான். இன்சொல்லைவிட இனிமையானது வேறென்ன இருக்க முடியும்?' என்றான்.

உடனே அந்த சீடன் வெற்றி பெற்றதாக அறிவித்தார் குருநாதர்.

அடுத்து இரண்டாவது கேள்வியைக் கூறினார். 'உலகிலேயே கசப்பான ஒரு பொருளைக் கொண்டு வாருங்கள்.'

இப்போதும் சீடர்கள் பல்வேறு திசைகளுக்கும் விரைந்து சென்றார்கள். மறுநாள் திரும்பிவந்த சீடர்கள் உலகிலேயே கசப்பான பொருளாகத் தாங்கள் நினைத்தவற்றை குருவிடம் அளித்தனர்.

ஒருவர் எட்டிக்காயைக் கொண்டுவந்தார். இன்னொருவர் வேப்பங்காயைக் கொண்டுவந்தார். மற்றொருவர் பாகற்காயைக் கொண்டுவந்தார்.

இப்படி ஒவ்வொரு சீடர்களும் ஒவ்வொரு பொருட்களைக் கொண்டு வந்த நிலையில் அந்த சீடர் இப்போதும் தனித்து ஒதுங்கியே நின்றார்.

அதைப்பார்த்த குருநாதர், 'நீ என்ன கொண்டு வந்தாய்?' என்று கேட்டார்.

இப்போதும் அதேபோன்ற ஒரு சிறிய பெட்டியைக் கொண்டு வந்து கொடுத்தார் அந்த சீடர். அதை வாங்கி திறந்து பார்த்த குரு சற்று கோபமடைந்தார். ஏனென்றால் இப்போதும் அதேபோல ஒரு நாக்கு படம் தத்ரூபமாக வரையப்பட்டு அதில் இடம் பெற்றிருந்தது.

'விளையாடுகிறாயா? இனிமையான பொருளைக் கேட்டாலும் நாக்கு படத்தைக் காண்பிக்கிறாய். கசப்பான பொருளைக் கேட்டாலும் அதே நாக்கு படத்தையே காண்பிக்கிறாய்' என்று கோபத்தோடு கேட்டார் குரு.

அதற்கு சீடர், 'தீய சொற்களை உமிழும் நமது நாவினைப் போன்ற கசப்பான பொருள் வேறென்ன இருக்க முடியும் குருவே? அதிலிருந்து வரும் கசப்பான சொற்களைக் கேட்டால் மகிழ்ச்சியாக இருப்பவனும் துன்பத்திற்கு ஆளாகிறான். நல்ல நட்பும் பகையாகி விடுகிறது. எனவே உலகிலேயே கசப்பான பொருள் நாவைத் தவிர வேறென்ன இருக்க முடியும்' என்றார் சீடர்.

குருவை மிஞ்சிய சீடரானார் அவர்.

அவரது திறமையை மெச்சிய குரு, தமது தலைமைச் சீடராக அப்போதே அறிவித்தார்.

ஆக இனிமையாகப் பேசுவது அவசியம் என்பதுதான் இதன் சாராம்சம்.

இனிமையாகப் பேச வேண்டும் என்றால் நாக்கு கட்டுப்பாட்டிற்குள் இருந்தாக வேண்டும்.

அப்படியானால் நம் மனம் இனிமையாகப் பழகுவதைப் பற்றியும், பேசுவதைப் பற்றியும் தீவிரமாகச் சிந்திக்க வேண்டும்.

கோபத்தை அடக்கிக் கொண்டால் இனிமை என்பது தானாக வந்து நிற்கும்.

எப்போது கோபப்படுகிறோமோ அப்போது வார்த்தைகள் கடினமாகத் தடித்து வெளியே வருகிறது. 'நாக்கு நரம்பில்லாதது' என்பார்கள். நரம்பில்லை என்பதால் அதன் விருப்பத்திற்குப் பேசுவதை அனுமதிக்கக்கூடாது.

கோபம் ஏற்படுகிறபோது நாக்கு அதன் விருப்பத்திற்கு வார்த்தைகளை வீச நாம் அனுமதிக்கக்கூடாது.

கோபத்தைக் கட்டுப்படுத்த வேண்டும்.

அதற்குச் சில பயிற்சிகளை மேற்கொண்டால் போதுமானது.

ஒரு ஜென் துறவியிடம் அவரது சீடர், 'குருவே! என்னால் கோபத்தைக் கட்டுப்படுத்த முடியவில்லை. அதற்கு என்ன மாதிரி சிகிச்சை எடுத்துக் கொள்ள வேண்டும்?" என்று கேட்டார்.

'அதற்கு முன்பு உன் கோபத்தை எனக்குக் கொஞ்சம் காட்டு. அதை நான் பார்க்க வேண்டும்' என்றார் ஜென் துறவி.

இப்படியொரு பதிலை எதிர்பார்க்காத சீடர் சற்று திடுக்கிட்டார். 'திடீரென்று கேட்டால் என்னால் எப்படி என் கோபத்தைக் காட்ட முடியும்? அது வரும்போதுதான் காட்ட முடியும்' என்று பதற்றத்தோடு கூறினார் சீடர்.

'பரவாயில்லை. அது வரும்போது என்னிடம் கொண்டு வந்து காட்டு' என்றார் துறவி.

'அது சாத்தியப்படாது குருவே' என்றார் சீடர்.

'ஏன்?'

'நான் உங்களிடம் வருவதற்கு முன்பாக அது காணாமல் மறைந்து போய்விடுமே'

இப்போது ஜென் துறவி பேச ஆரம்பித்தார்: 'அப்படியானால் அது உன் இயல்பு கிடையாது. உனக்குச் சொந்தமானதும் கிடையாது. உனக்குச் சொந்தமானது என்றால் எப்போதும் அது

உன் வசம் இருக்கும். உன் மொத்த உரிமையும் அதன் மீது இருக்கும். உன்னிடம் இயல்பாக காது இருக்கிறது. கண் இருக்கிறது. கை இருக்கிறது. கால் இருக்கிறது. இவற்றை எல்லாம் எப்போது வேண்டுமானாலும் உன்னால் இயக்க முடிகிறது. அது உன் சொத்து. இயல்பாக இல்லாத வாட்ச் இருக்கிறது. மோதிரம் இருக்கிறது. பேனா இருக்கிறது. சட்டை இருக்கிறது. இப்படிப்பட்ட பொருட்களும் உனக்குச் சொந்தமானவை தான். அவற்றை எப்போது வேண்டுமென்றாலும் உன்னால் பயன்படுத்த முடிகிறது. கேட்டால் காண்பிக்க முடிக்கிறது. அடுத்தவருக்குக் கொடுத்து உதவ முடிகிறது. ஆனால் கோபம் உன்னுடையது என்கிறாய். ஆனால் அதைக் கேட்டால் உன்னால் காட்ட முடியாது என்கிறாய். அப்படியானால் அந்தக் கோபம் உனக்குச் சொந்தமானதா? உன் உரிமை பெற்றதா?' என்று கேட்டார்.

சீடர் பதில் பேசமுடியாமல் விக்கித்து நின்றார்.

எப்படிப் பேச முடியும்?

நமக்குச் சொந்தமே இல்லாத கோபத்திற்கு நாம் உரிமை கொண்டாடுவது எப்படி சரியாக இருக்கும்?

அந்தக் கோபம் மட்டும்தான் நம்மை உரிமை கொண்டாட முடியும்.

அப்படியானால் நாம் அதற்கு அடிமையாக இருக்கிறோம் என்பதுதான் பொருள்.

அடிமைத்தனத்தை வேரறுக்க வேண்டும் என்ற அறிவு வளர்ந்த நாட்களில் அடிமைத்தனத்திற்கு நாம் ஆளாவது சரியா?

நாம் அன்போடு பிறந்தோம்.

அன்பு குறைகிற போதெல்லாம் வெறுப்புதான் அதிகமாகிறது.

நாம் இனிமையோடு பிறந்தோம்.

இனிமை குறைகிற போதெல்லாம் கசப்புதான் அதிகமாகிறது.

நாம் மகிழ்ச்சியோடு பிறந்தோம்.

மகிழ்ச்சி குறைகிற போதெல்லாம் கோபம்தான் அதிகமாகிறது.

அன்பு, இனிமை, மகிழ்ச்சி போன்றவை மட்டுமே நம்மோடு பிறந்தவை.

அவை மட்டுமே நமக்குச் சொந்தமானவை.

கோபம் அந்நியன்!

அது எதற்கு நமக்கு?

இனிமை என்பது கல்லையும் வளைக்கும் திறன்மிக்கது.

இனிமை நிறைந்த சொற்கள் இரும்பு மனம் கொண்டவர்களையும் இளக வைத்துவிடும்.

கடுஞ்சொற்களைப் பயன்படுத்தியவாறே நாம் எத்தனை நன்மைகள் செய்தாலும் அதனால் எந்த நன்மையும் விளையாது.

வீட்டில் வேலை செய்பவரை வாய் வலிக்கக் கடுஞ்சொற்களால் திட்டிவிட்டு, அவருக்கு வயிறார உணவளித்து என்ன பயன்?

அந்த உணவை உண்மையான திருப்தியோடு அவரால் சாப்பிட முடியுமா?

தீராத மன வலியைக் கொடுத்துவிட்டு அப்புறம் அவருக்கு என்ன மாதிரியான உதவியைச் செய்தாலும் அது பயன் தருமா?

கண்ணுக்கு இனியர்; செவிக்குஇன் னாரே!
அதனால்,நீயும் ஒன்று இனியை;
அவரும்ஒன்று இனியர்;
ஒவ்வா யாவுள, மற்றே? வெல்போர்க்
கழல்புனை திருந்தடிக் கடுமான் கிள்ளி!
நின்னை வியக்குமிவ் வுலகம்; அது
என்னோ? பெரும! உரைத்திசின் எமக்கே.

என்கிறது புறநானூறு.

கோனாட்டு எறிச்சிலூர் மாடலன் மதுரைக் குமரனார் என்னும் புலவர் சோழன் கடுமான் கிள்ளியைப் பற்றிய பாடல் இது.

நீயும், போரில் உன்னிடம் புறமுதுகிட்டு ஓடியவரும் ஒருவகையில் பார்த்தால் ஒரே மாதிரியாகத்தான் காணப்படுகிறீர்கள். நீ எதிர்த்து நின்று போராடி வாள் காயம்பட்ட உடம்போடு காணப்படுகிறாய்.

இது கேட்பதற்கு இனிமையாக இருக்கிறது.

உன் பகைவர்கள் உன்னை எதிர்த்து நிற்கமாட்டாமல் புறமுதுகிட்டு ஓடியதால் காயம்படாத அழகிய உடம்புடன் காணப் படுகின்றனர்.

இந்த வகையில் பார்த்தால் அவர்கள் காண்பதற்கு இனிமை யாக உள்ளனர்.

இவ்வாறாக நீ ஒன்றில் இனியவன். அவர்கள் ஒன்றில் இனியவர். அப்படி இருக்கும்போது உன்னை மட்டும் உலகம் வியந்து பாராட்டுகிறது.

ஏனோ தெரியவில்லை.

இதுதான் இப்பாடலின் கருத்து.

இதற்கு என்ன பொருள்?

இனிமை என்பது காண்பதில் மட்டுமில்லை. அதற்கான காரணத்திலும் இருக்கிறது.

அழுக்காகத் தெரிவதால் அவன் இனிமையற்றவனாக மாட்டான். அவன் மீது அழுக்கு படிந்ததற்கான காரணம் தெரிகிற போதுதான் அவன் மதிப்பு அதிகமாகிறது.

இனிமை என்பது வெறும் தோற்றத்தில் கிடையாது, அதன் செயலில் தான் இருக்கிறது.

இதைத்தான் இந்தப் பாடல் வலியுறுத்துகிறது.

'வார்த்தைகளின் பலம் மௌனத்தில் இருந்தும் புனிதத்தில் இருந்தும் பிறக்கிறது' என்கிறார் சுவாமி விவேகானந்தர்.

அன்றாட வாழ்வில் வார்த்தைகளை நிர்வகிக்கும் விதத்தில் தான் நமது மகிழ்வும் நிம்மதியும் அடங்கி இருக்கிறது.

'நாக்குதான் கொடிய மிருகம். ஒருமுறை அதை அவிழ்த்து விட்டால் திரும்பக் கட்டுவது மிகக் கடினம்' என்றார் குருநானக்.

யாராவது துயரத்தில் இருக்கும்போது, ஆறுதலாக அவர் பேச வேண்டும். அதுவும் அந்த ஆறுதல் நல்ல, எளிய மனதிலிருந்து வரவேண்டும்.

அப்படிப்பட்ட ஆறுதலைக் கேட்பவரின் மனம் எவ்வளவு ஆனந்தம் அடையும் என்பதை யோசித்துப் பாருங்கள்.

நீங்கள் யாருக்காவது அது போன்ற ஓர் ஆறுதல் வார்த்தையை வழங்கியது உண்டா?

அதை எண்ணிப் பாருங்கள்.

அந்த நினைவே உங்கள் மன இறுக்கத்தைக் கலைத்து இலேசாக்கி, காற்றாக்கிவிடும்.

அதை நிச்சயமாக உங்களால் உணரமுடியும்.

நீங்கள் ஒரு சங்கடத்தில், மனச் சஞ்சலத்தில் இருந்தபோது உங்களிடம் பரிவான வார்த்தைகளைச் சிலர் பேசி இருப்பார்கள்.

அவர்களின் முகங்களை மனதில் கொண்டு வந்து நன்றியுடன் நினைத்துப் பாருங்கள்.

இப்போது உங்களை அறியாமலேயே கடுஞ்சொற்களின் மீது ஓர் இனம்புரியாத அச்சம் ஏற்படும்.

அதேநேரத்தில் இனிமையான சொற்களின் மீது ஓர் இலயிப்பு ஏற்படும்.

'கடவுளே! கடுஞ்சொற்கள் என் வாயிலிருந்து ஒருபோதும்

வந்துவிடக் கூடாது. தைரியமும் சந்தோஷமும் தரும் வார்த்தைகளே என்னிடமிருந்து எப்போதும் வரவேண்டும்' என்று உங்களை அறியாமலேயே வேண்டிக் கொள்வீர்கள்.

அவ்வாறு இல்லாவிட்டாலும் வேண்டிக் கொள்ளுங்கள்.

சாந்தமான சொற்கள் உங்களைப் பல சங்கடங்களில் இருந்து காப்பாற்றி விடும்.

அதேசமயம் முரட்டுச் சொற்களை உதிரவிட்டதால் வாழ்க்கையை இழந்தவர்கள் பலர்.

புண்படுத்தும் வார்த்தைகளைச் சிதறவிட்டதால் சிதைந்த உறவுகள் ஏராளம்.

உண்மையைப் பேச வேண்டும்.

இனிமையாகப் பேச வேண்டும்.

இனியவை அல்லாத உண்மையை ஒருபோதும் பேசக் கூடாது.

உண்மையற்ற இனியதையும் பேசக் கூடாது.

'முரடன், பைத்தியக்காரன், குடிகாரன், அகங்காரி போன்றவர்கள் எதிரே வந்தால், அவர்களை அண்ணா, மாமா என்று சொல்லி தப்பித்துக் கொள்ளுங்கள்' என்கிறார் இராமகிருஷ்ணர்.

ஒருமுறை காட்டின் நடுவே கொள்ளைக்காரனிடம் இளம் பெண்ணாக இருந்த அன்னை சாரதாதேவி தனியே சிக்கிக் கொண்டார்.

அப்போது அந்தக் கொள்ளைக்காரனைப் பார்த்து, 'அப்பா, நீங்கள் என்னோடு வந்ததால் நான் தனியாகப் போகிறேன் என்ற பயமே போய்விட்டது' என்று கூறி ஒரேயொரு கணத்தில் கொள்ளையனின் மனதைக் கொள்ளையடித்து அவரைத் தந்தையாக்கிக் கொண்டது அன்னையின் ஓர் இனிய சொல்!

கொள்ளைக்காரன் போன்ற மாபாதகச் செயல்புரியும் முரடர்களின் மனதையும் இளகச் செய்துவிடும் இனிமையான சொற்கள்.

"மந்திரம் போன்று வேண்டுமடா சொல்லின்பம்" என்றார் மகாகவி பாரதியார்.

மந்திரத்தை முறையாக ஓதினால், நம் மனமும் அந்த மந்திரத்திற்குக் கட்டுப்பட்டு, நமக்குப் பலவித நன்மைகளைப் புரிந்திடும். .

மனதில் உறுதி வேண்டும்
வாக்கினில் இனிமை வேண்டும்
நினைவு நல்லது வேண்டும்
நெருங்கின பொருள் கைப்பட வேண்டும்

என்கிறார் மகாகவி பாரதியார்.

வாக்கினில் இனிமை வேண்டும் என்பதை நாம் முக்கியமாகக் கவனிக்க வேண்டும்.

பேசும் பேச்சு எப்போதும் தேன் கலந்தமாதிரி சுவையாக இருக்க வேண்டும்.

மற்றவர்களுக்கு இன்பம் தரும் வகையில் இருக்க வேண்டும்.

நாட்டில் இருப்பவர்கள் எல்லோரும் பெரிய மனிதர்கள் அல்ல. யார் நியாயமாகப் பேசுகிறாரோ, அவரே உண்மையான பெரிய மனிதர்.

தன்னைப் பெரிய மனிதனாக நினைத்துக் கொண்டு, அதைத் தானே விளம்பரமும் செய்து கொண்டு வலம் வருவார்கள் சிலர்.

ஆனால் அதில் உண்மை இருக்காது.

அவரது அதிகாரத்துக்கும், பணத்துக்கும் பயந்து பலரும் அதை ஆமோதிப்பார்கள். அந்த அதிகாரமும், பணமும் அவரை விட்டு விலகும்போது போற்றிய வாய்கள் அனைத்தும் தூற்றும்.

சாலையில் நடக்கும்போது எதிரில் ஒரு பழகிய நபரைப் பார்க்கிறீர்கள் என்று வைத்துக் கொள்வோம். அவரிடம், 'ஏன் சோர்வாக இருக்கிறீர்கள்?' என்று கேட்டால், அவர் இன்னும் சோர்வாகிவிடுவார்.

அதேநேரம், 'வழக்கத்தைவிட இன்று கூடுதல் மகிழ்ச்சியாக இருக்கிறீர்களே' என்று சொல்லிப் பாருங்கள். அவர் சோர்வாகவே இருந்தாலும் அந்தச் சோர்வு சட்டென்று மறைந்து காணாமல் போய்விடும். உற்சாகம் பெருக்கெடுக்கும்.

இரண்டு வயதுக்குள் நாம் பேசக் கற்றுக்கொள்கிறோம். ஆனால், எத்தனை வயது ஆனாலும் எப்படிப் பேச வேண்டும் என்பதை நாம் கற்றுக்கொள்கிறோமா என்றால் அது மிகப் பெரிய கேள்விக்குறியே.

வாழ்க்கையில் சாதனை படைத்ததாகப் பெருமை பேசிக் கொள்வதைக் காட்டிலும் பேச்சால் யாரையும் வேதனைப்படுத்த வில்லை என்பதே மிகச் சிறந்தது.

சிந்தித்து பேசும் பேச்சு, சிக்கல்களைக் களைகிறது.

சீரழிவைத் தடுக்கிறது.

சிறந்த பலன்களைத் தருகிறது.

நம் உள்ளத்தில் இருந்து வரும் பேச்சு நல்ல உறவுக்குக் கை கொடுக்கிறது.

இரவில் நிம்மதியான உறக்கத்திற்கு வழிவகுக்கிறது.

அதைக் காட்டிலும் நம்மை உயர்வான நிலைக்குக் கொண்டு செல்கிறது.

பிறரையும் மகிழ்ச்சிக் கடலில் ஆழ்த்துகிறது.

இந்த வாழ்க்கை முகம் பார்க்கும் கண்ணாடியைப் போன்றது.

நீங்கள் சிரித்தபடி பார்த்தால் அதிலும் சிரித்த மாதிரியான பிம்பம் தெரிகிறது.

நீங்கள் கவலையோடு பார்த்தால் அதிலும் கவலைப்படும் முகம்தான் தெரிகிறது.

நீங்கள் இனிமையோடு இருந்தால் கண்ணாடி என்னும் இந்தச் சமூகமும் உங்களோடு இனிமையாக இருக்கும்.

உங்களைத்தான் இந்த சமூகம் என்னும் கண்ணாடி உங்கள் முன் கொண்டுவந்து நிறுத்தும்.

ஒருவரை நேருக்கு நேராகப் புகழ்ந்து பேசுவது, அவர் இல்லாத நேரத்தில் அவரைப் பற்றிப் புறம் பேசுவது என்பது தவறான பழக்கம்.

இது இனிமையாக இருப்பது போன்று நடிப்பதாகும்.

சிலர் வாயில் இருந்து எப்போதும் சொற்கள் வருவதே இல்லை. மாறாக 'நெருப்புப் பந்தம்'தான் வரும். அதாவது அடுத்தவர்களைப் புண்படுத்திப் பேசினால்தான் அவர்கள் மனம் சமாதானம் அடையும்.

எனக்குத் தெரிந்து ஒரு பெண்மணி எப்போதும் தன்னையும் தன் குடும்பத்தையும் பற்றி மட்டுமே பெருமையாக எண்ணிக் கொண்டிருப்பது வழக்கம். யாராவது நல்ல வேலையில் சேர்ந்து விட்டதாகக் கூறினாலும் அவர்களால் பொறுக்க முடியாது. உடனே, அந்தப் பெண்மணி, தனது மகன் அதைவிடப் பெரிய நிறுவனத்தில் பணியாற்றுவதை வேண்டுமென்றே அவரிடம் கூறுவார். அத்துடன் தன் மகனைவிட, அவருக்குக் கிடைத்திருக்கும் வேலைவாய்ப்பு குறைவானதே என்றும் பேசுவார்.

இப்படித் தாழ்த்திப் பேசுவதால் வந்தவரின் மகிழ்ச்சி முற்றிலும் மறைந்து கவலையும், அவமானமும் முகத்தில் தெரியும்.

அதைப் பார்த்து அந்தப் பெண்மணி மகிழ்ச்சியின் உச்சத்திற்கே போவார்.

இதுதான் நெருப்பு வார்த்தைகள்.

இப்படிப்பட்ட வார்த்தைகளால் அதனைப் பிரயோகப்படுத்து பவர் மட்டும் ஆனந்தக் களிப்பில் இருப்பார். மற்றோர் அனைவரும் கவலையில் ஆழ்ந்து கிடப்பர்.

மனித நேயங்களை மறந்து மற்றவர்களைக் கிண்டல் செய்வது, அவரைச் சீண்டிப் பார்ப்பது, கோபம் கொள்ளச் செய்வது போன்ற செயல்களைச் செய்வோர் கீழானவர்களாகவே விளங்குவர்.

அதிலும் இம்மாதிரியான செயலைச் செய்துவிட்டு பின்னர் எந்தவிதமான மனஉறுத்தலும், மனத்தாங்கலும், குற்ற உணர்ச்சியும் இல்லாமல் மீண்டும் அவருடன் உறவு கொண்டாட விளைவார்கள்.

இதுதான் தாங்கவே முடியாத ஒன்று.

அபத்தத்தின் உச்சம்.

கிராமங்களில் பெண் பார்க்க வரும் மாப்பிள்ளை வீட்டார், பெண்ணைப் பற்றி அக்கம்பக்கத்தில் வசிப்போரிடம் விசாரிப்பது வழக்கமான ஒன்று.

பொதுவாக ஏதாவது சின்னஞ்சிறு தவறுகள் இருந்தாலும் பலரும் அதைப் பெரிதுபடுத்திச் சொல்வது கிடையாது. அந்தப் பெண்ணைப் பற்றி நல்லதாகத்தான் சொல்வார்கள். ஆனால் பெண் வீட்டாருக்கு நெருங்கிய நம்பிக்கைக்குப் பாத்திரமானவர்களாக இருக்கும் ஒருசிலர் மட்டும், சில கற்பனைக் கதைகளை நம்புகிற விதமாக மாப்பிள்ளை வீட்டாரிடம் சொல்லி, அந்த சம்பந்தத்தை நிறுத்திவிடுவார்கள்.

ஆனால் சம்பந்தப்பட்டவர்களுடன் பின்னர் பேசும்போது மாப்பிள்ளை வீட்டாரிடம் ரொம்ப நல்ல மாதிரி கூறியதாகக் கதை விடுவார்கள்.

இந்த மாதிரியான நம்பிக்கைத் துரோகச் செயல்களைச் செய்வோர் இனிமையாகப் பேசுவதுபோல நடிப்பவர்கள் மட்டுமே. உண்மையிலேயே இவர்கள் இனிமையானவர்கள் கிடையாது.

அதிலும் குறிப்பாக கடன் கொடுத்து வாங்குகிறபோதுதான் ஒருவரின் உண்மை முகம் வெளிப்படும்.

அதாவது கடன் வாங்குவதற்காக நெருங்கிப் பழகுவார்கள்.

அவசரத் தேவையற்ற உதவிகளையும் வலிய வந்து செய்து தருவார்கள். நல்லது, கெட்டது போன்றவற்றிற்கு அவர்கள்தான் முன்னால் வந்து நிற்பார்கள்.

இப்படி அவர்கள் நடந்து கொள்வதைப் பார்த்து உறவினர்களும், மற்றவர்களும் பெருமையாகப் புகழ்ந்து பேசுவார்கள்.

இவை எல்லாம் கடன் வாங்கும் வரைதான்.

இந்த அளவிற்குத் தனக்கு உறுதுணையாக இருக்கிறார் என்பதால் கேட்ட தொகையைக் கடனாகவும் கொடுத்து விடுவார். அதன்பிறகு குறிப்பிட்ட காலக்கெடுவுக்குள் அந்தப் பணம் திரும்ப வராது. மட்டுமல்லாமல் அவரும் அடிக்கடி வருவதைக் குறைத்துக் கொள்ள ஆரம்பிப்பார்.

ஒருகட்டத்தில் வேறு வழியில்லாமல் கடனைத் திருப்பிக் கேட்டால், வீட்டுப் பக்கம் வருவதையே நிறுத்திக் கொள்வார். அத்துடன் நெருங்கிய உறவினர்கள், நண்பர்கள், அக்கம்பக்கத்தினர் என்று அனைவரிடமும் புறம் பேசுவார். எவ்வளவு முடியுமோ அவ்வளவு கேவலப்படுத்திப் பேசுவார்.

இப்படிப்பட்ட போலியான நண்பர்கள் இன்றைய காலக் கட்டத்தில் அதிகரித்து வருவது வருத்தத்திற்குரிய உண்மை. ஆனால் இந்தப் போலிகளை இனம் கண்டறிந்து தொடக்கத்திலேயே அவர்களைச் சற்றுத் தொலைவிலேயே வைத்திருப்பவர்கள்தான் புத்திசாலிகள்.

எனவே உண்மையிலேயே இனிமையாக இருப்பவர்களால் இந்தத் தேசமும், சமூகமும் சிறப்புப் பெறும்

இனிமையாக இருப்பதைப்போல நடிப்பவர்களால் இந்தத் தேசமும், சமூகமும் பிரச்சனையைத்தான் எதிர்கொள்ளும்.

04

அன்பு

உலகில் உள்ள உயிரினங்களுக்கு இறைவன் கொடுத்த மிகப் பெரிய வரம் எது என்று கேட்டால் அது 'அன்பு' மட்டுமே.

அன்புள்ளவர்கள் எப்படி இருப்பார்கள் என்றால் அனைவரையும் நேசித்த பிறகு கடைசியாகத் தன்னை நேசிப்பவராக இருப்பார்கள்.

அன்புதான் உயிர்களின் ஜீவநாடி. அன்பு இல்லாமல் போனால் நாம் பெற்ற கல்வி, அறிவு, ஆற்றல், பதவி போன்ற அனைத்துமே பயனற்றுப் போய்விடும்.

உலகம் விரிந்து பரந்தது. மனிதனின் நவீன தொழில்நுட்பங்கள் விரிந்த உலகை எளிதாக இணைக்கின்றன. ஆனால் மனிதன் சுருங்கிவிட்டான்.

தனது வீடு, தனது குடும்பம், தனது ஊர், தனது நாடு, தனது மொழி என்று மனிதன் மிகவும் சுருங்கிவிட்டான்.

இதனால் சண்டை சச்சரவுகள்தான் பெருகிவிட்டன.

மனிதநேயம் குறைந்து கொண்டே வருகிறது.

அன்பு தடுமாறுகிறது.

மானுடத்திற்கு உண்மையான வலிமை எதுவென்று கேட்டால் அன்பு ஒன்றே. அன்பு இல்லையென்றால் மானுடம் சிறப்புற வாழ்தல் என்பது சாத்தியமே இல்லை.

அன்பு என்பது உணர்வுபூர்வமானது.

அது தன்னுயிரைக் கொடுத்தாவது பிறரைக் காப்பாற்ற வேண்டும் என்று சிந்திக்கும் உயர் குணம் படைத்தது.

பசியோடு இருப்பவர்களைப் பார்த்தால் மனம் பதைபதைக்கும். தன் கையில் ரொட்டியைக் கொடுத்தாவது அவரைக் காப்பாற்றத் துடிக்கும்.

அதுதான் அன்பு.

ஒரு சிறுவன் கொடிய நோயினால் பாதிக்கப்பட்டான். அந்த நோய் பாதித்தால் உயிர் பிழைப்பது என்பது அபூர்வம். ஆனால் அச்சிறுவன் பிழைத்துக் கொண்டான். எப்படியென்றால் அவன் இரத்தத்தில் எதிர்ப்பு சக்தி அதிகமாக இருந்தது.

இந்நிலையில் திடீரென்று அவனது தங்கையும் அதே நோய் பாதிப்பிற்கு ஆளானாள். மருத்துவர்கள் பரிசோதித்துவிட்டு, அச் சிறுமி உயிர் பிழைக்க வேண்டுமென்றால் அவள் இரத்தத்தில் எதிர்ப்பு சக்தி இருக்க வேண்டும். ஆனால் துரதிர்ஷ்டவசமாக அவ்வாறு இல்லை. எனவே எதிர்ப்பு சக்தி இருக்கும் இரத்தத்தை ஏற்றினால்தான் அவளைப் பிழைக்க வைக்க முடியும் என்று மருத்துவர்கள் கூறிவிட்டனர்.

அச்சிறுவனிடம் இருக்கும் இரத்தம் எதிர்ப்புசக்தி மிகுந்தது என்பதால் அதைச் சிறுமிக்குச் செலுத்திக் காப்பாற்றலாம் என்று உறவினர்களில் சிலர் கருத்து தெரிவித்தனர்.

ஆனால் வேறு சில உறவினர்களோ, அச்சிறுவனிடம், 'நீ நிறைய இரத்தம் கொடுத்தால்தான் உன் தங்கையைக் காப்பாற்ற முடியும். ஆனால் அதிகமாக இரத்தம் கொடுப்பதால் உன் உயிருக்கு உத்தரவாதம் கிடையாது' என்று அச்சுறுத்தினர்.

முதலில் மிரண்டுபோன சிறுவன், தனது தங்கையின் முகத்தை மனக்கண் முன் நிறுத்திப் பார்த்தான். அவளை எப்படியாவது காப்பாற்ற வேண்டும் என்ற உறுதியெடுத்தான்.

அவன் சம்மதத்தின் பேரில் அவன் உடம்பிலிருந்து இரத்தம் எடுக்கப்பட்டு அவன் தங்கைக்குச் செலுத்தப்பட்டது. தங்கையும் பிழைத்துக் கொண்டாள்.

இந்த மகிழ்ச்சிகரமான செய்தியை மருத்துவர்கள் அவனிடம் தெரிவித்தபோது அவன் மருத்துவர்களிடம் என்ன கேட்டான் தெரியுமா?

'அப்படியானால் நான் எப்போது செத்துப் போவேன்?'.

அதாவது ஏராளமான இரத்தம் கொடுத்ததால் அவன் உயிர் பிழைப்பது அரிது என்ற தகவலே அவனை இப்படிக் கேட்க வைத்தது.

'உன் உயிருக்கு ஆபத்து எதுவும் கிடையாது. பயப்படாதே' என்றார்கள் மருத்துவர்கள்.

இதுதான் உண்மையான அன்பு.

தன் உயிர் போய்விடும் என்று தெரிந்தும் அதைப்பற்றிக் கவலைப்படாமல் தங்கையின் உயிரைக் காப்பாற்றத் துடித்ததுதான் அன்பின் உச்சகட்ட வெளிப்பாடு.

'அன்பு என்பது இந்த உடம்பும், மனமும், அறிவும், அனுபவமும் கலந்து, நான் என்பதைக் கடந்து வாழ்வின் இருப்பின் இயற்கையின் வேறொன்றில் பரவி விரிவதால் கிடைக்கும் ஆனந்தம், இன்பம் என்று சொல்லலாம்' என்கிறார் ஓஷோ.

அன்பு இருக்கும் இடத்தில் தான் வெற்றியும் செல்வமும் நிலைத்திருக்கும். அன்பு இல்லாத இடத்தில் ஒருவேளை வெற்றியும், செல்வமும் இருந்தாலும் அது நிலைத்திருக்காது என்பதே உண்மை.

அன்பு என்றால் மன்னிப்பு, சகிப்புதன்மை, கருணை, விட்டுக் கொடுக்கும் மனப்பான்மை, நன்மை மற்றும் தீமையைக் கண்டறியும் தெளிவு, பாசம், முரட்டுதனம் இல்லாத வாழ்க்கை.

இவையெல்லாம் மனிதக் குலத்திற்கென்று கடவுள் கொடுத்த மகத்தான சொத்து.

இத்தகைய சொத்தை பயன்படுத்தி வாழ்க்கையில் மோகம் இல்லாமலும், வெறுப்பு இல்லாமலும், கொடூரங்கள் செய்யாமலும், வாழ்க்கையின் நியதி அறிந்து நிம்மதியாகவும் வாழலாம்.

ஏனென்றால் அன்பு மகத்தானது.

கடந்த சில ஆண்டுகளுக்கு முன்பு சீனாவில் மிகப் பெரிய பூகம்பம் ஏற்பட்டது. பாதிக்கப்பட்ட பகுதிகளில் சிக்கியவர்களை மீட்பதற்காக உடனடியாக மீட்புக் குழு அங்கே சென்றது.

ஒரு வீட்டை அடைந்த அக்குழுவினர் இடிபாடுகளுக்கு இடையே அகப்பட்டு சிக்கிக்கிடந்த ஓர் இளம்பெண்ணின் உடல் ரொம்ப வித்தியாசமான முறையில் கிடந்ததைப் பார்த்தனர். குழுவின் தலைவன் அவள் மூக்கில் விரல் வைத்துப் பார்த்தான். அந்தப் பெண் இறந்து போய்விட்டது தெரியவந்தது.

ஆனாலும் அவள் கிடந்த விதம் என்னவோ போலிருக்கவே மெல்ல அந்தப் பெண்ணின் உடலைத் தூக்கிப் பார்த்தபோது அதிர்ந்து போனார்கள்.

தடித்த துணியால் சுற்றப்பட்ட நிலையில் ஒரு குழந்தை அங்கே உயிரோடு காணப்பட்டது.

அதாவது தனது மூன்று மாதக் குழந்தையைக் காப்பாற்ற வேண்டும் என்ற எண்ணத்தில் அந்தப் பெண் தன் உடலைக் கவசமாகப் பயன்படுத்தி குழந்தையைக் காப்பாற்றி உள்ளார்.

குழந்தையை சட்டென்று அங்கிருந்து மீட்டபோது ஒரு செல்பேசி இருப்பதைப் பார்த்தனர் மீட்புக் குழுவினர்.

அந்த செல்பேசித் திரையில், 'நீ உயிர் தப்பிப் பிழைத்தால் ஒன்றை மட்டும் நினைவில் வைத்துக் கொள். உன் மீது உன் தாய் பேரன்பு கொண்டிருந்தாள்.'

அன்புக்கான விளக்கத்தை இதைவிட வேறு எப்படி விளக்கிச் சொல்லிவிட முடியும்?

ஒரு மனிதன் தன் நாயுடன் ஒரு நீண்ட சாலையில் இயற்கைக் காட்சிகளை இரசித்தபடியே நடந்து கொண்டிருந்தான்.

அவனும், அவன் நாயும் விபத்து ஒன்றில் இறந்துவிட்டதை அப்போது அவன் உணர்ந்தான்.

அந்தச் சாலை எங்கு போகிறதோ எனச் சிந்தித்தவாறே நடந்து கொண்டிருந்தான்.

கொஞ்ச தூரம் சென்றதும் சாலையின் ஒரு பக்கத்தில் உயரமான சலவைக் கற்களாலான மதிற்சுவரைக் கண்டான். அதில் அழகிய நுழைவாயில் ஒன்றைப் பார்த்தான்.

அருகில் சென்று பார்த்தபோது, அந்த வாயிலின் கதவில் இரத்தினக் கற்கள் பதிக்கப்பட்டிருப்பதையும்,, அந்த வாயிலை நோக்கிச் செல்லும் பாதை தங்கத்தால் அமைந்திருப்பதையும் பார்த்தான்.

தன் நாயுடன் அந்த வாயிலை நோக்கி நடக்க ஆரம்பித்தான். அந்த வாயிலின் உள்ளே ஒரு மனிதன் தங்க மேஜையின் முன் அமர்ந்திருந்தான்.

அருகில் சென்ற அவன் அந்த மனிதனிடம் கேட்டான், 'இந்த இடத்தின் பெயர் என்ன?'

'சொர்க்கம்' என்று பதிலளித்தான் அவன்.

'குடிக்கக் கொஞ்சம் தண்ணீர் கிடைக்குமா? என்று கேட்டான்.

'உள்ளே வாருங்கள் குளிர்ந்த நீர் வரவழைக்கிறேன்' என்றவாறு கதவைத் திறந்தான்.

அப்போது வழிப்போக்கன் தன் நாயைச் சுட்டிக் காட்டி, 'என் நண்பனும் தண்ணீர் குடிக்கலாமா?' என்று கேட்டான்.

அதற்கு அவன், 'மன்னிக்கவும், நாய்களுக்கு இங்கு அனுமதி இல்லை' என்றான்.

நாயை விட்டுவிட்டுத் தாகம் தீர்க்க விரும்பாமல் அந்த வழிப் போக்கன் தண்ணீர் குடிக்காமலேயே அங்கிருந்து நடக்க ஆரம்பித்தான்.

நீண்ட தூரம் நடந்தபின் மற்றொரு வாயிலைக் கண்டான். மண்பாதையைக் கடந்து அங்கு சென்றால் துருப்பிடித்த கதவு அவனை வரவேற்றது.

அங்கே ஒருவன் மரத்தடியில் அமர்ந்து ஏதோ படித்துக் கொண்டிருந்தான்.

அவனிடம் கேட்டான், 'குடிக்கத் தண்ணீர் கிடைக்குமா?' என்று கேட்டான்.

'உள்ளே ஒரு குழாய் இருக்கிறது, வாருங்கள்' என்றான் அவன்.

நாயைக் காட்டி, 'என் தோழனுக்கும் தண்ணீர் வேண்டும்' என்றான்.

அதற்கு அந்த மனிதன், 'குழாயடியில் ஒரு குவளை இருக்கிறது. எடுத்துக் கொள்' என்று அனுமதியளித்தான்.

அப்படியே உள்ளே சென்று நாய்க்கும் தண்ணீர் கொடுத்து, தானும் அருந்தி தாகம் தணித்தான்.

பிறகு அந்த மனிதனிடம், 'இந்த இடத்தின் பெயர் என்ன?'

என்று கேட்டான் வழிப்போக்கன்.

'சொர்க்கம்' என்றான் அவன்.

வழிப்போக்கன் திகைத்தான்.

'குழப்பமாக இருக்கிறதே! நான் வரும் வழியில் ஒருவர் வேறு இடத்தையும் சொர்க்கம் என்று சொன்னாரே!'

'ஓ! இரத்தினக்கல் பதித்த கதவுள்ள இடத்தைச் சொல்கிறீர்களா?'

'ஆமாம்' என்றான் வழிப்போக்கன்.

'அது நரகம்!'

'அப்படியானால் அவர்கள் ஏன் அதை சொர்க்கம் என்று சொல்லிக் கொள்கிறார்கள்?'

'தங்களின் தாகம் தீர்க்கத் தங்கள் உயிர் நண்பர்களைத் தியாகம் செய்யும் மனிதர்களை இனம் கண்டு நிறுத்துவதற்காகத் தான் அப்படிச் சொல்கிறார்கள்' என்றான் அந்த மனிதன்.

அதாவது உண்மையான அன்புள்ளம் கொண்டவர்களுக்கு மட்டுமே உண்மையான சொர்க்கம் கிடைக்கிறது. போலிகள் தடுத்து நிறுத்தப்பட்டு பொய்யாக சொர்க்கம் என்று அழைக்கப் படும் நரகத்தில் அடைக்கப்பட்டு விடுகிறார்கள்.

இது கதைதான் என்றாலும் 'அன்பு' என்பதற்குச் சரியான அழுத்தம் தரும் கதை.

சிலபேர் உண்மையான அன்பைப் புரிந்துகொள்ளாமல் அவசரப்பட்டு நட்பை உடைத்துவிடுகின்றனர். அப்புறம் உண்மை தெரிந்த பிறகு வருத்தப்படுகிறார்கள். ஆனால் உடைந்த கண்ணாடி ஒட்டுமா? அப்படித்தான் அவர்களின் நட்பும் பிரிந்து போகிறது.

உண்மையான அன்பு மீது எப்போதும் சந்தேகமே அடையக் கூடாது.

ஒரு அழகான சிறுமி தன் கைகளில் இரண்டு ஆப்பிள் வைத்திருந்தாள். அப்போது அங்கு வந்த அவளின் தாய், 'நீ இரண்டு ஆப்பிள் வைத்திருக்கிறாய். ஒன்று எனக்குக் கொடு' என்று மகளிடம் கேட்டாள்.

தன் தாயை ஒரு வினாடி உற்றுப் பார்த்த அந்தச் சிறுமி, சட்டென்று தன் கையிலிருந்த ஒரு ஆப்பிளைக் கடித்துவிட்டாள்.

அப்புறம் மற்றொரு ஆப்பிளையும் சட்டென்று கடித்து எச்சில் செய்தாள்.

இதைப்பார்த்த அக்குழந்தையின் தாயின் முகம் அதிர்ச்சியில் உறைந்து போனது. தான் பெற்றக் குழந்தையிடம் தனது ஏமாற்றத்தை எப்படி வெளிப்படுத்துவது என்று தெரியாமல் தவித்தாள் அந்தத் தாய்.

அதே நேரத்தில் அச்சிறுமியோ, ‘அம்மா, இந்த ஆப்பிள்தான் இனிப்பாக இருக்கு. இதையே நீ எடுத்துக்கோ’ என்றது.

அந்தத் தாய் பூரித்துப் போனாள். உணர்ச்சிவசப்பட்டுத் தன் குழந்தையை வாரியணைத்து முத்தமழை பொழிந்தாள்.

ஒருவர் மீது சட்டென்று ஒரு கணிப்பை மேற்கொண்டுவிடக் கூடாது.

நீங்கள் ஒரு தாயாக இருக்கலாம், தந்தையாக இருக்கலாம், உயிர்த் தோழனாக இருக்கலாம். ஏன் மிகப் பெரிய அனுபவசாலி யாகக்கூட இருக்கலாம். மிகப் பெரிய அறிவாளியாக இருக்கலாம்.

இப்படி யாராக இருந்தாலும் சட்டென்று ஒருவரைப் பற்றித் தவறாகவோ, மிக உயர்வாகவோ கணித்துவிடக் கூடாது.

ஏனென்றால் அன்பின் மகத்துவம் மிகப் பெரியது.

அது கடலை விடவும் ஆழமானது.

ஆகாயத்தை விடவும் உயரமானது.

எதையும் மேலோட்டமாகப் பார்க்காமல், ஆழமாக யோசித்துச் செயல்பட வேண்டும்.

அப்போதுதான் அன்பின் உண்மைத் தன்மை தெரியவரும்.

அன்பு என்ற உணர்வு உள்மனதில் இருந்து எழ வேண்டும்.

சந்தோஷத்தை விரும்புவதும், கடவுளிடம் அன்பாக இருப்பதும், காதலிப்பதும், தாயை நேசிப்பதும் உணர்வுபூர்வமாக அமைய வேண்டும்.

மனிதனின் எல்லாப் பிரச்சனைகளுக்கும் தீர்வு தரக்கூடியது அன்பு மட்டும்தான்.

ஆனால் இதிலும் ஒரு பிரச்சனை உள்ளது.

என்ன அது?

அன்பாக இருப்பது எப்படி என்பதை நாம் உணராமல் இருப்பதுதான்.

அன்பை நாம் எப்படி உணரப்போகிறோம்?

அன்பாக இருப்பதுதான் அன்பு என்பதை நாம் உணர வேண்டும்.

பலரிடமும் நாம் அன்பாக இருப்பதாகச் சொல்கிறோம், பேசுகிறோம். ஆனால் உண்மை என்ன ?

மனம் நிறைந்த அன்பு மட்டுமே பலனைத் தரும். உள்ளன்போடு செய்யும் எந்தச் செயலும் மன மகிழ்வைத் தரும்.

காலை முதல் மாலை வரை நாம் பல மனிதர்களைச் சந்திக்கிறோம். அவர்களோடு சிரித்து அளவளாவுகிறோம். அவர்களோடு பேசி மகிழ்கிறோம்.

சரி, இவர்களில் எத்தனை பேரிடம் உண்மையான அன்போடு நாம் சிரித்துப் பேசி இருப்போம்?

கொஞ்சம் சிந்தித்துப் பாருங்கள். உண்மையான அன்பு என்றால் என்னவென்று உங்களுக்குத் தெரியும்.

உதடுகள் சிரிப்பதை விடுங்கள். பொய்யாகச் சிரித்து போலியாகப் புகழ வேண்டிய கட்டாயம் பலருக்கும் வாழ்வின் பல சந்தர்ப்பங்களிலும் ஏற்பட்டிருக்கலாம்.

நம்மில் எத்தனை பேர் சந்திக்கின்ற அனைவரிடமும் ஒரே மாதிரியாக அன்போடு இருந்திருப்போம்?

வயல் வரப்பு வழியாக ஒருவன் நடந்து போய்க் கொண்டிருந்த போது ஒரு புலி எதிரே வந்தது. அவன் பயந்து ஓடத் தொடங்கினான். புலியும் அவனைத் துரத்தியது.

சிறிய குன்றின் உச்சிக்கு வந்துவிட்ட அவன் வேறுவழியின்றி விளிம்பில் இருந்த காட்டு மரத்தின் கிளையைப் பிடித்துக் கொண்டு அந்தரத்தில் தொங்கினான்.

புலியோ அவனை முகர்ந்து பார்த்துக் கொண்டிருந்தது. நடுங்கிக் கொண்டே கீழே பார்த்தான்.

அங்கே இன்னொரு புலி அவன் எப்போது கீழே விழுவான் என்று ஆவலோடு பார்த்துக் கொண்டிருந்தது.

ஆக, மரத்தின் வேர்களில் அவன் உயிர் ஊசலாடிக் கொண்டிருந்தது.

இதனிடையே இரண்டு எலிகள் அந்த மரத்தின் வேர்களைக் கடிக்க ஆரம்பித்தன.

அவனது நிலைமை எப்படி இருக்கும் என்பதைக் கற்பனை செய்து பாருங்கள்.

இந்நிலையில் அவன் கைக்கெட்டும் தூரத்தில் காட்டுச் செடியின் பழம் இருந்தது. ஒரு கையால் கிளையைப் பிடித்துக் கொண்டே இன்னொரு கையால் பழத்தைப் பறித்து தின்றான்.

அப்போது, அந்த இக்கட்டான ஆபத்து மிக்க சூழலிலும் அவன் மனதில், 'பழம் எவ்வளவு சுவையாக இருக்கிறது' என்று தோன்றியது.

அன்பு பற்றி புத்தபிரான் கூறிய கதை இது.

இக்கதையில் வருகிற ‘கனியைச் சுவைக்கும் மனிதனின்‘ மனநிலைதான் அன்பின் மூலம் நாம் அடையும் ஆனந்தமும்..

துன்பங்களும், பிரச்சனைகளும் இருந்தாலும் அனைத்தையும் மறந்து மகிழ்ச்சியோடு இருக்கச் செய்யும் சக்தி அன்பிற்கு மட்டும்தான் உண்டு.

அன்பிற்கு மட்டுமே வாழ்வை இனிமையாக நகர்த்திச் செல்கின்ற அற்புதமான சக்தி உண்டு.

அன்பிற்கு மட்டுமே இதமான சுகம் தரும் இன்ப சக்தி உண்டு.

அன்பு என்பது ஒரு மலரைப் போன்றது. நம் கைகளில் ஒரு மலர் இருந்தால் அதை எத்தனை கவனமாகப் பராமரிப்போமோ அதேபோலத்தான் அன்பையும் கையாள வேண்டும்.

அன்பு என்பது அழகானது.

அதை ஆழமாகவும், அழுத்தமாகவும் செலுத்த வேண்டும். அதில் ஒளிவுமறைவு இருத்தல் கூடாது.

உங்கள் உணர்வுகள் எப்போதும் அன்பு இருக்கக்கூடிய வகையில் இனிப்பான நிலையிலேயே இருக்க வேண்டும்.

அதேநேரத்தில் அன்பின் எல்லை என்னவென்பதையும் நாம் புரிந்துகொள்ள வேண்டும்.

நம் மனைவியாக இருக்கலாம், பெற்றோராக இருக்கலாம், சகோதரராக இருக்கலாம், நண்பராக இருக்கலாம். இப்படி யாராக வேண்டுமானாலும் இருக்கலாம். ஆனால் அவர்கள் அனைவரின் அன்புக்கும், நேசித்தலுக்கும் ஓர் எல்லைக்கோடு இருக்கிறது என்பதை நினைவில் வைத்திருக்க வேண்டும்.

நேசமும், அன்பும் எப்போதும் ஒரு வரையறைக்கு உட்பட்டது.

அந்த வரையறையை, எல்லையைத் தாண்டிவிட்டால் அன்பு காணாமல் மறைந்து போய்விடும்.

எனவே அன்பு என்பது கவனமாகவும், பொறுப்பாகவும் கையாளப்பட வேண்டும்.

05

பண்பு

பண்பு என்பது ஒரு வளர்ந்த மனித சமூக நாகரீகத்தின் உன்னதமான வெளிப்பாடு.

தங்களின் குழந்தைகள் நல்ல பண்பும், பணிவும் உள்ளவர்களாக இருக்க வேண்டும் என்பது பெற்றோர்களின் விருப்பமாகும்.

நாகரீக மிக்க நல்ல பண்புகளை குழந்தைப் பருவத்திலேயே கற்றுத் தருவது அவசியம். 'ஐந்தில் வளையாதது ஐம்பதில் வளையாது' என்பார்கள். அதனால் குழந்தையாக இருக்கும்போதே நல்ல பண்புகளைக் கற்பித்து வளர்த்து வந்தால் பிற்காலத்தில் அந்தப் பண்புகள் எக்காரணம் கொண்டும் தேய்ந்து போகாமல் சிறந்து விளங்கும். அக்குழந்தைக்கு நற்பெயரையும் பெற்றுத் தரும்.

திரைப்படங்கள், தொலைக்காட்சிகள், இணையதளங்கள் போன்ற நவீன தொழில்நுட்பங்கள் அறிவை அபிவிருத்தி செய்யும் செயல்களைச்

செய்கின்றன என்றாலும், பண்பைச் சீர்குலைக்கும் செயல்களையும் செய்துவிடுகின்றன என்பதுதான் வருத்தம் தரும் உண்மை.

வணிக நோக்கோடு ஊடகங்களும், சமூகவலைத் தளங்களும் பணியாற்றுவதால் புகைபிடித்தல், மது அருந்துதல், பெண்களை அடித்தல், ரவுடியிசம் போன்ற தவறானவற்றையும் ஒளிபரப்பும் நடவடிக்கையில் ஈடுபடுகின்றன.

அவர்களின் வணிகத்தை இச்செயல்கள் பெருக்கினாலும், அந்த நிகழ்ச்சிகளைப் பார்க்கும் குழந்தைகள் மற்றும் இளைஞர்கள் மனதையும் மாற்றிவிடுகின்றன.

இவ்வாறு எதிர்மறை விளைவுகளைப் பலரும் விரும்பி இரசிக்கும் ஊடகங்களும், சமூகவலைத் தளங்களும் ஏற்படுத்துவது நிச்சயம் தடுத்து நிறுத்தப்படத்தான் வேண்டும். அப்போதுதான் பண்பு நெறிகள் காப்பாற்றப்படும்.

மேலும் ஒரு உண்மையை நாம் ஒப்புக்கொண்டே ஆக வேண்டும்.

அதாவது ஒரு குழந்தையானது வீட்டுச் சூழலைக் காட்டிலும், வெளிச் சூழலில்தான் நல்லனவற்றையும் கற்கிறது. தீயனவற்றையும் கற்கிறது.

வெளிச்சூழல் பண்பும், நாகரீகமும் நிறைந்ததாக அமையும் நிலையில், அக்குழந்தை மேலும் பண்புமிக்க குழந்தையாக மாறி விடுகிறது. அவ்வாறு இல்லாமல் போனால் பண்பு கெட்டு, தவறான பழக்கவழக்கங்களுக்கு ஆளாகி உதவாக்கரையாகி விடுகிறது.

ஏற்கெனவே கூறியதைப்போல தங்கள் குழந்தைகளுக்கு நல்ல பண்புகளைக் கற்றுக்கொடுக்க விரும்பும் பெற்றோர்கள் முதலில் அவர்கள் பயிற்சி செய்துகொள்ள வேண்டும்.

காலையில் எழுந்ததும் குழந்தையை உடற்பயிற்சி செய் என்றால் அது செய்யாது. அதேநேரத்தில் நீங்கள் உடற்பயிற்சி செய்யுங்கள். அதைப் பார்த்து கொஞ்ச நாளில் உங்கள் குழந்தையும் செய்ய ஆரம்பித்துவிடும்.

வீட்டிற்கு வரும் விருந்தினர் வயதில் குறைந்தவராக இருந்த போதிலும், பொருளாதார ரீதியாக தாழ்ந்தவராக இருந்த போதிலும் அதைப் பற்றிப் பொருட்படுத்தாமல் எழுந்து சென்று அவரை வரவேற்க வேண்டும்.

இவ்வாறு செய்தால் உங்கள் குழந்தைகளுக்கும் அப்படியே வீட்டிற்கு விருந்தினராக வருபவரை எழுந்து நின்று வரவேற்கும் பண்புநலன் வந்துவிடும்.

அதேபோல பிறரிடம் இருந்து எதைப் பெற்றாலும் 'நன்றி' என்று நீங்கள் கூறினால், குழந்தைகளும் அதைக் கடைப்பிடிக்கும்.

இப்படித்தான் சின்னச் சின்ன பண்புகள், குணநலன்கள் உங்கள் குழந்தைக்கும் ஏற்படுத்தப்பட வேண்டும். அதற்கு முன்னோடியாகப் பெற்றோர்கள் இருக்க வேண்டும்.

நாகரீகம், ஒழுக்கம், நன்னடத்தை போன்றவற்றோடு தொடர்பு உடையது பண்பு. இந்தப் பண்புகளை வழிகாட்டுதல்கள், உதவுதல், பாராட்டுதல் போன்ற பல்வேறு வழிமுறைகளின் மூலமாகக் குழந்தைகளுக்குக் கற்றுத்தர வேண்டும்.

தனது நடத்தையில் குழந்தை சற்று பிரளும்போது நாம் கடுமையாக அதைக் கையாளுதல் கூடாது.

பொது இடங்களில் சில நேரங்களில் குழந்தைகள் கோபமாக, வெறுப்பாக நடந்துகொள்ளக்கூடும். அதுபோன்ற நேரங்களில் மற்றவர்கள் வெறுப்போடு அதைக் கவனிக்கலாம். அதற்காக நாம் குழந்தைகளைக் கோபமாகத் திட்டுதல் தவறு.

மாறாக, எதற்காக அவ்வாறு நடந்து கொண்டார்கள் என்பதை உணர வேண்டும். குழந்தைகளை ஆறுதலாக நடத்த வேண்டும். மற்றவர்கள் தவறாக நினைப்பார்கள் என்று நினைத்து பலரின் முன்னிலையில் அவர்களைக் கண்டிப்பது தவறு.

அதேபோல ஒரு சிறப்பான செயலைச் செய்தால் முதல் ஆளாகப் பெற்றோர்கள் பாராட்ட வேண்டும். அந்தப் பாராட்டு மீண்டும் மீண்டும் அதேபோன்ற சிறப்பான செயலைச் செய்யும் ஆர்வத்தைக் குழந்தைகளுக்கு அளிக்கும்.

மற்றவர்களின் முடியைப் பிடித்து இழுக்கும்படி சொல்லி, அதைக் குழந்தைகள் செய்யும்போது மகிழ்ச்சியோடு இரசிக்கும் பெற்றோர்களும் உள்ளனர்.

இது தவறு.

அடுத்தவர்களை இவ்வாறு இம்சிப்பது மற்றவர்களால் இரசிக்கப்படும் என்ற தவறான எண்ணம் குழந்தைகள் மனதில் வளர்வதற்கு இது காரணமாக அமைந்துவிடும்.

பைத்தியக்காரர்களைக் கண்டால் இகழ்ச்சியாக அவர்களைப் பேசி, துரத்தியடிக்கும் செயல்களைக் குழந்தைகள் முன்பாகப் பெரியவர்கள் செய்யக்கூடாது. அப்படிச் செய்தால் குழந்தைகளும் அவ்வாறே செய்ய ஆரம்பித்துவிடுவார்கள்.

இதுபோன்ற கெட்ட பழக்கவழக்கங்களுக்கு பெரியோர்களே காரணமாகிவிட்டால், அந்தக் குழந்தை பெரியவர்களாக வளர்ந்த பிறகு இந்தப் பழக்கத்தை மாற்றுவது என்பது முடியாத செயலாகி விடும்.

பிறர் மனதை நோகடிக்கும் விதமாகக் கிண்டல் செய்வதோ, கடுஞ்சொற்களைப் பிரயோகப்படுத்துவதோ பண்பற்ற செயல். இதை முதலில் பெரியவர்கள் உணர்ந்து கொள்ள வேண்டும். தங்கள் குழந்தைகளுக்கும் அவ்வாறே உணர்த்த வேண்டும்.

ஒருவர் மனதை அறிந்தோ, அறியாமலோ கடுமையான சொற்களால் காயப்படுத்துவது நிச்சயமாகத் தவறு.

குறையோடு பிறந்தது அவர்களின் குற்றமல்ல. அது இயற்கை விபத்து. அதற்காக அவர் மனம் வருந்தும்படி சுட்டிக்காட்டி குறை கூறும் பழக்கம் பெரும் தவறு.

இதை எக்காரணம் கொண்டும் பெரியவர்கள் செய்யக்கூடாது. அப்போதுதான் குழந்தைகளும் அவ்வாறு செய்யாமல் இருப்பார்கள்.

'எங்கெல்லாம் தர்மமும் நற்பண்புகளும் நிலவுகிறதோ அங்கே வெற்றி நிச்சயம்' என்கின்றனர் சான்றோர்கள்.

அனைத்து உயிர்களிடத்தும் அன்புடனிருத்தல் வேண்டும்.

குறைகளையும், தவறுகளையும் கண்டு உணர்ச்சி வசப்படாமல் கருணைகொள்ளுதல் வேண்டும்.

அவர்கள் மீது மட்டற்ற இரக்கம் காண்பிக்க வேண்டும்.

எந்தவொரு சந்தர்ப்பத்திலும் அடக்கம் காத்து நிற்பது அவசியம்.

பணிவு என்பது வாழ்க்கையின் அத்யாவசியம். அது இருந்தால் எந்தவொரு வெற்றியையும் நம்மால் ஈட்ட முடியும்.

ஒரு வீட்டில் நாய்க்குட்டி வளர்ந்து வந்தது. அது அங்கு தினமும் வரும் ஒரு காகத்துடன் நட்பாக இருந்தது.

ஒருநாள் காகம் மிகவும் கவலையுடன் அமர்ந்திருந்தது.

இதைப் பார்த்த நாய்க் குட்டி காகத்திடம், ‘என்ன காக்கையாரே! ஏன் ஒன்றும் பேசாமல் வருத்தமாக இருக்கிறீர்கள்?’ என்று கேட்டது.

அதற்கு காகம், எல்லாப் பறவைகளையும் அன்புடன் வளர்க்கும் மனிதர்கள், அவற்றின் செயல்களையும் பாராட்டு கிறார்கள். ஆனால் காகமாகிய எங்களை மட்டும் வெறுத்து ஒதுக்குகிறார்கள். கல்லால் எறிந்து துரத்துகிறார்கள். ஏன் அப்படி?’ என்று கேட்டது.

இதற்குக் காரணம் உங்கள் தீய குணங்கள்தான். அதை நீங்கள் விட்டுவிட்டால் உங்களையும் அன்பாக நடத்துவார்கள்’ என்றது நாய்க்குட்டி

‘எங்களிடம் அப்படியென்ன தீய குணங்கள் உள்ளன? கடமை, சுத்தம் இப்படிப் பல நல்ல குணங்கள் எங்களிடம் உண்டு’ என்று பதிலளித்தது காகம்.

‘உண்மைதான்’ என்று ஆமோதித்தது நாய்க்குட்டி.

’பகிர்ந்துண்ணும் பண்பைக் கற்றுத் தந்ததும் நாங்கள்தான்’ என்று இன்னும் பெருமையோடு கூறியது காகம்.

‘இப்படி நல்ல குணங்கள் எங்களிடம் இருந்தும், மற்றப்

பறவைகளுக்குக் கிடைக்கும் மதிப்பு எங்களுக்குக் கிடைப்பதில்லை. குயில் கூவும்போது அதன் இனிமையான குரலை இரசிக்கிறார்கள். மயில் ஆடும்போது அதை இரசித்துப் பாராட்டுகிறார்கள். கிளியை வீட்டில் வளர்த்து அதற்குப் பேசவும் கற்றுக் கொடுக்கிறார்கள். ஆனால் எவ்வளவோ நல்ல குணங்கள் இருந்தும் எங்களை மட்டும் துரத்தி விடுகிறார்கள்' என்று வருத்தத்துடன் பேசியது காகம்.

'அதற்குக் காரணம் உண்டு.. உங்களிடம் எவ்வளவு நல்ல குணங்கள் இருந்தாலும், உங்களிடம் இருக்கும் சில தீய குணங்களால் தான் மனிதர்கள் உங்களை வெறுக்கிறார்கள்' என்றது நாய்க்குட்டி

எங்களிடம் அப்படியென்ன தீய குணங்கள் இருக்கின்றன?' என்று திருப்பிக் கேட்டது காகம்.

'திருடுதல், ஏமாற்றுதல், போன்றவை கெட்ட குணங்கள் தானே!' என்றது நாய்க்குட்டி.

காகம் தலை குனிந்தது.

ஒருவரிடம் எத்தனை நல்ல பண்புகள் இருந்தாலும் கெட்ட செயல் ஒன்றேயொன்று இருந்தாலும் அவர்களை இந்தச் சமூகம் மதிப்பதே கிடையாது.

மற்றவர்களின் உணர்வுகளையும், மனநிலையையும் எந்த அளவிற்கு உணர்ந்து செயல்படுகிறோமோ அந்த அளவிற்கு நாம் பண்புடையவர்களாக இருக்கிறோம்.

பண்புக்கு முக்கியமாக இருப்பது சகிப்புத் தன்மை. அது இருந்துவிட்டால் பண்பு என்னும் உயர் நாகரீகம் உங்களைத் தானாகவே வந்தடையும்.

இரயில் டிக்கெட் எடுக்கும்போது நீங்கள் சகிப்புத்தன்மையற்ற போக்கை நிறையவே பார்த்திருக்கலாம்.

அதாவது இருபது முப்பது பேர் டிக்கெட் வாங்குவதற்காக வரிசையாக நிற்பார்கள். எல்லோருக்கும் ஊருக்குப் போகும் அவசரம்தான். ஆனாலும் வரிசையில் நின்றபடிதான் டிக்கெட் வாங்கியாக வேண்டும். சகிப்புத்தன்மையோடு வரிசையில் காத்துக் கொண்டிருப்பார்கள்.

அப்போதுதான் டிக்கெட் வாங்குவதற்காக உள்ளே நுழையும் ஒருவர் வரிசையைப் பார்த்து மிரண்டுபோய் விடுவார். ஏனென்றால் அவர் கடைசி ஆளாக வரிசையில் நிற்க வேண்டும்.

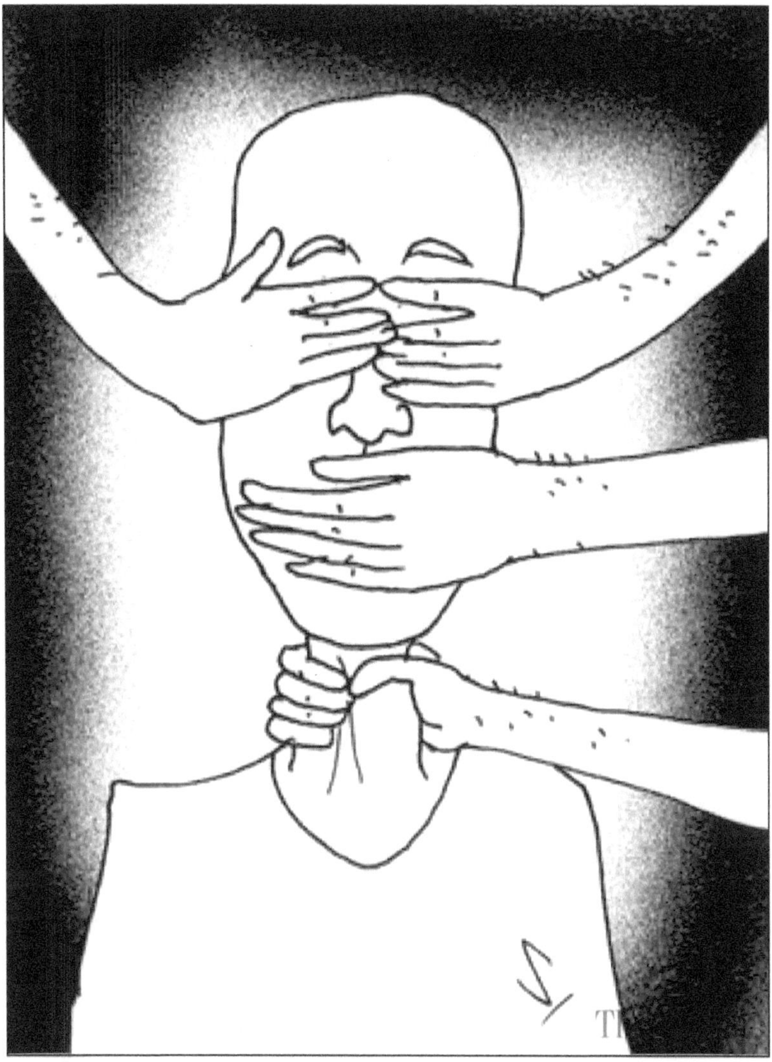

அதற்கான பொறுமையும், சகிப்புத் தன்மையும் இல்லாமல் சடக்கென்று டிக்கெட் கவுண்டர் பக்கத்தில் போய் டிக்கெட் வாங்க முயல்வார்.

பலரும் ரொம்ப நேரமாகக் காத்திருந்து வரிசையில் நிற்கிறார்கள் என்கிற சிந்தனையே இல்லாமல், வந்த உடனே டிக்கெட் வாங்கிச் சென்றுவிடத் துடிப்பார்.

சகிப்புத்தன்மையும், பொறுமையும் இல்லாததே இதற்குக் காரணம்.

வரிசையில் நிற்பவர்கள் கத்திக் கூச்சலிட்டால், ரொம்ப அவசரம் என்று ஏதேதோ சாக்குப்போக்கு சொல்வார்.

இது பண்பற்ற செயல்.

இது நாகரீகமற்ற நடவடிக்கை.

முல்லா வழக்கமாக சாப்பிடும் உணவகத்திற்கு வந்து சாப்பிட்டுக் கொண்டிருந்தார். அப்போது அங்குவந்த முரடனைப் பார்த்து உணவகத்தில் இருந்த அவ்வூரைச் சேர்ந்தவர்கள் ஓடிப் போய்விட்டார்கள்.

முல்லா இதைக் கவனித்தாலும், அவர் பயப்படாமல் சாப்பிட்டுக் கொண்டிருந்தார்.

எல்லோரும் பயந்து ஓடிப்போய்விட்டபோது முல்லா மட்டும் பயப்படாமல் இருந்தது முரடனுக்குக் கோபத்தை வரவழைத்தது. வேண்டுமென்றே அருகில் வந்து முல்லா தலையில் அணிந்திருந்த தலைப்பாகையைத் தட்டிவிட்டுச் சென்றான்.

அப்புறம் தினமும் முல்லா அங்கு சாப்பிட வரும்போதெல்லாம் இவ்வாறு தலைப்பாகையைத் தட்டிவிடுவதை வாடிக்கையாகவே கொண்டிருந்தான்.

இதைக் கவனித்துவந்த ஒருவர், 'நீங்கள்தான் மன்னருக்கு மிகவும் நெருக்கமானவர் ஆயிற்றே! அவரிடம் சொல்லி இவனுக்குத் தண்டனை வாங்கிக் கொடுக்க வேண்டியதுதானே?' என்றார்.

'தண்டனை வாங்கிக் கொடுத்துவிட்டால் மட்டும் அவன் திருந்திவிடப் போகிறானா? தண்டனை முடிந்து வெளியேவந்ததும் திரும்பவும் இதே சேட்டையைத்தான் செய்வான். பொறுமையாக இருந்தால் நிச்சயமாக ஏதாவது நல்லது நடக்கும்' என்று பதில் சொன்னார் முல்லா.

அப்படித்தான் ஒருநாள் அதே உணவகத்திற்கு அரண்மனைக் காவலர் ஒருவரும் சாப்பிட வந்திருந்தார். அவர் முல்லாவை வணங்கினார். உடனே முல்லா தன்னருகிலேயே அவரையும் அமர்த்திக் கொண்டார்.

வழக்கம்போல அந்த முரடன் அங்கு வருவதைப் பார்த்தார் முல்லா. உடனே சுதாரித்தவராக அவர் தலைப்பாகையை எடுத்து காவலரிடம் கொடுத்து அணியச் சொன்னார். அப்புறம் அவசரமாக

வெளியே சென்றுவிட்டு உடனே வந்துவிடுவதாகக் கூறி அங்கிருந்து எழுந்தார். மற்றொரு இருக்கையில் மறைவாக அமர்ந்துகொண்டார்.

உள்ளே வந்த முரடன், தலைப்பாகையைப் பார்த்ததும் முல்லாதான் என்று நினைத்துக் கொண்டு வழக்கமாகச் செய்வதைப் போல அதைத் தட்டிவிட்டான்.

அரண்மனைக் காவலருக்கு இது ஆத்திரத்தை ஏற்படுத்தியது. உடனே தனது வாளை உருவி முரடனின் தலையை வெட்டி வீழ்த்தினார்.

இது முல்லாவின் சகிப்புத் தன்மைக்குக் கிடைத்த வெற்றி. அதாவது பொறுமையும், சகிப்புத்தன்மையும் இருந்தால் நிரந்தர வெற்றியை அடைய முடியும் என்பதைத்தான் இந்தக் கதை நினைவூட்டுகிறது.

அதேபோல சுயநலமற்ற தன்மையும் வேண்டும். அதாவது 'நான்', 'எனக்கு', 'என்னுடைய' போன்ற எண்ணங்கள் அகந்தைக்குத்தான் நம்மை இட்டுச் செல்லும்.

இந்த மாதிரியான எண்ணம் உங்களை மற்றவர்களிடம் இருந்து பிரித்து தனிமைப்படுத்திவிடும். உங்களின் பண்பு நலனை அது முற்றிலுமாக அரித்துவிடும்.

பெரியவராக இருந்தாலும் சரி, சிறியவராக இருந்தாலும் சரி அவர்கள் ஒரு விஷயத்தை உங்களிடம் பேசினால் அதை முழுவதும் சொல்லி முடிக்கிறவரை பொறுமையாகக் கேட்க வேண்டும்.

அதைவிடுத்து பாதியிலேயே ஏதாவது குறுக்கே பேசி அவர் களின் பேச்சைத் தடை செய்வது நாகரீகமாக இருக்காது. மேலும் அவரது மனதை நோகடிக்கவும் செய்யும். அடுத்தவர்களின் மனம் புண்படும்படியாக நடந்துகொள்வது சிறந்த பண்பாக இருக்காது.

எந்தவொரு செயலைச் செய்யும்போதும் கோபப்படாமல், நிதானமாக யோசித்துச் செய்ய வேண்டும். அப்போதுதான் அதில் பண்பும், நெறியும் தவறாமல் இருக்கும்.

உங்களுக்குச் சொந்தமான ஒரு பொருள் காணாமல் போனால் அதைக் கண்டுபிடித்து மீட்க வேண்டும் என்பது நல்ல நோக்கம். அதைவிடுத்து திருடியவனைத் தண்டிக்க வேண்டும் என்பதை மட்டுமே நோக்கமாகக் கொண்டிருந்தால் அது பண்பு தவறிய செயல்.

உங்கள் உடமையைத் திருடியது குற்றம்தான். அதற்கான தண்டனையை சட்டம் வழங்கும். அரசு அளிக்கும். ஆண்டவன் கொடுப்பான்.

அதைவிடுத்து தண்டனையை நீங்கள் கொடுக்க வேண்டும் என்று நினைத்து சட்டத்தைக் கையில் எடுத்தால் அது உயர்ந்த பண்பாகாது.

ஒரு காட்டின் அருகில் இருந்த கிராமத்தைச் சேர்ந்த வேடன் ஒருவன் வேட்டையாடி ஒரு அழகிய புள்ளிமானைப் பிடித்துவந்தான். அந்த மானைக் கொல்ல மனமில்லாமல் அதை அன்போடு வளர்த்து வந்தான்.

ஒருநாள் புள்ளிமான் காணாமல் போய்விட்டது. பல இடங்களிலும் தேடிப்பார்த்தான். காணவில்லை. யாரோ திருடிச் சென்றுவிட்டார்கள் என்று நினைத்தான். இப்போது திருடியவன் மீது கோபம் பொத்துக் கொண்டு வந்தது. அவனை எப்படியாவது பழிவாங்க வேண்டும் என்ற ஆத்திரம் எழுந்தது..

கோயிலுக்குச் சென்று கடவுளை வேண்டித் தொழுதான். பக்தனின் வேண்டுகோளை ஏற்று கடவுளும் அவர் முன்பாகத் தோன்றி 'என்ன வேண்டும்' என்று கேட்டார்.

புள்ளிமான் காணாமல் போனதைக் கூறி, 'அந்த அழகிய மானைத் திருடியவன் யாராக இருந்தாலும் அவன் என் முன்னே வரவேண்டும். அவனை என் கோபம் தீர அடிக்க வேண்டும்' என்றான் வேடன்.

அப்போது கடவுள், 'நீ கோபத்தில் இப்படிப் பேசுகிறாய். உனக்குத் தேவை மான் தானே. அதைக் கேட்டால் போதுமே' என்று அறிவுறுத்தினார்.

ஆனால் வேடன் அதற்கு இணங்காமல் திருடியவனுக்குத் தண்டனை வழங்க வேண்டும் என்பதிலேயே குறியாக இருந்தான்.

கடவுளும் அவன் விருப்பத்திற்குச் சம்மதித்தார். 'பக்தா! நீ கேட்டதுபோல மானைத் திருடியவர் உனக்குப் பின்னால் நிற்கிறார். அவரை நீயே தண்டித்துக் கொள்' என்று கூறிவிட்டு மறைந்து விட்டார் கடவுள்.

திரும்பிப் பார்த்தான் வேடன்.

அங்கே ஒரு சிங்கம் நின்று கொண்டிருந்தது. அதுதான் மானைத் திருடிச் சென்றிருந்தது.

சிங்கத்தைப் பார்த்ததும் பயத்தில் மிரண்டுபோன அவன், அங்கிருந்து தலைதெறிக்க ஓட ஆரம்பித்தான்.

ஆக, பண்பு நெறி தவறி நடந்துகொண்டதால் அவனுக்கு அழகிய புள்ளிமானும் கிடைக்கவில்லை. அதைத் திருடிச் சென்றவரைத் தண்டிக்கவும் முடியவில்லை.

எந்தவொரு இக்கட்டான நிலையிலும் பண்பு மட்டும் தவறவே கூடாது.

கோபத்தை அடக்கிக் கொள்ள வேண்டும்.

ஆத்திரத்தைக் கட்டுப்படுத்திக் கொள்ள வேண்டும்.

பழிவாங்கும் போக்கை நிறுத்திக் கொள்ள வேண்டும்.

அப்போதுதான் மனம் நியாயமாகச் சிந்திக்கும். நாகரீகமாக யோசிக்கும். பண்பு தவறாத நிலையில் செயல்பட முடியும்.

06

மரியாதை

மரியாதை என்றால் அதற்குப் பற்பல அர்த்தங்கள் சொல்லப் படுகின்றன.

அதாவது -

காலில் விழுந்து வணங்குவது!

பார்த்தவுடன் எழுந்து நிற்பது!

'சார்' அல்லது 'ஐயா' என்று அழைப்பது!

மாலை அணிவிப்பது!

பொன்னாடை போர்த்துவது!

இப்படி சின்னச் சின்ன விஷயங்களாக நிறைய இருக்கின்றன. இவைதான் மரியாதை என்றும் நம்பப்படுகிறது.

ஆனால் உண்மையில் மரியாதை என்பதற்கான பொருள் இது கிடையாது.

உயரதிகாரியை 'சார்' என்று அழைக்காமல் பெயர் சொல்லி அழைப்பது என்ற நாகரீகம் தற்போது பரவிவருகிறது. குறிப்பாக ஐ.டி. நிறுவனங்களில் இப்படித்தான் இருந்து வருகிறது.

பார்த்த உடன் எழுந்து நிற்க வேண்டும் என்ற மரியாதையும் தற்போது கொஞ்சம் கொஞ்சமாக மறைந்து கொண்டுதான் இருக்கிறது. இளம்பெண்கள்கூட கால்மேல்கால் போட்டுக் கொண்டு பெரியவர்கள் முன்னால் இருக்கும் காட்சிகள் இன்று அதிகம் காணப்படுகின்றன.

ஆக, மரியாதை என்பது இத்தகைய போலித்தனமான செயல் களில் கிடையாது என்பதுதான் உண்மை.

அப்படியானால் மரியாதை என்றால் என்ன?

'அங்கீகாரம்' என்பதுதான் உண்மையான மரியாதை.

ஒரு உணவகத்திற்குச் செல்கிறீர்கள். அங்கு எல்லாமே விலை அதிகமாகத்தான் இருக்கிறது. குறிப்பாக ஒரு காபி ஐம்பதோ அல்லது நூறோ ரூபாய் என்று வைத்துக்கொள்ளுங்கள்.

ஆனாலும் அந்த உணவகத்தைத் தேடிச் சென்று நீங்கள் சாப்பிடுகிறீர்கள். அதற்கு முக்கியக் காரணம் இந்த மாதிரியான காஸ்ட்லியான உணவகத்தில் சாப்பிட்டதாக மற்றவர்களிடம் பெருமை பேசிக் கொள்வது மட்டுமே.

போகட்டும். அந்த உணவகத்தில் நீங்கள் சாப்பிடுவதால் யாருக்கு இலாபம் என்றால் உணவகத்தின் நிறுவனருக்கு மட்டுமே. அங்கு பணிபுரியும் தொழிலாளிகளுக்குப் பெரிய அளவில் இலாபம் இருக்குமா என்றால் அது கேள்விக்குறியே. வேலை முடிந்ததும் அவர்கள் பழைய ஸ்கூட்டரிலோ அல்லது நகரப் பேருந்துகளிலோ தான் அவர்கள் வீடு திரும்புவார்கள். அந்த அளவிற்குத்தான் அவர்களுக்கு வருமானம் இருக்கும்.

ஆனால் அந்த உணவகத்தில் தரமான உணவுப் பொருட்களைத் தயாரித்து உங்கள் நாக்குக்கு ருசியாக உணவு கொடுப்பவர்கள் அந்த ஊழியர்கள்தான்.

நீங்கள் சாப்பிட்டுவிட்டு அதற்கான பெருந்தொகையைச் செலுத்திவிட்டு வருவது அந்த ஊழியர்களுக்கு எந்த வகையில் மகிழ்ச்சியைத் தந்துவிடும் என்று நினைக்கிறீர்கள்?

நீங்கள் உண்மையிலேயே அந்த ஊழியர்களுக்கு மரியாதை கொடுக்க நினைத்தால், அவரை நேரில் பார்த்து, 'நீங்கள் சமைத்த பனீர் பட்டர் மசாலா மிக அருமை' என்று சொல்லி அவர் தோளைத் தட்டிவிட்டு வாருங்கள். அதுதான் உண்மையான மரியாதை. அந்த அங்கீகாரம்தான் நாம் செலுத்தும் சிறப்பான மரியாதை.

மரியாதை என்பது இதுபோன்ற அங்கீகாரம்தான் என்பதை முதலில் புரிந்துகொள்ள வேண்டும்.

அதிலும் மரியாதை என்பது நாம் பிறரிடம் பழகும் விதத்தில் இருந்துதான் கிடைக்கிறது. அன்போடும், பண்போடும், உதவும் மனப்பான்மையோடும் பழகினால் அதேவிதமான மரியாதைகள் நமக்குத் திருப்பிக் கிடைக்கும்.

'மரியாதையைக் கொடுத்து மரியாதை பெறு' என்பார்கள்.

அதாவது மற்றவர்களிடம் உண்மையான மனிதநேயத்தோடு பழக வேண்டும்.

அப்போதுதான் அதேவிதமான மரியாதையை நாம் பெற முடியும்.

வெளியூர் பயணம் முடித்து வீடு திரும்பிய ஒரு குடும்பம், சாவிக் கொத்தை எங்கேயோ தொலைத்துவிட்டனர்.

மற்றொரு சாவியோ வீட்டிற்குள்ளே மாட்டிக் கொண்டது.

எனவே வேறு வழியில்லாமல் சுத்தியலால் வீட்டின் பூட்டை உடைத்து உள்ளே போனார்கள்.

உள்ளே மேஜையில் இருந்த மற்றொரு சாவிக்கொத்தை எடுத்து அந்தம்மா தனது கண்களில் ஒத்திக்கொண்டு சுத்தியலுக்குப் பக்கத்தில் வைத்தார்கள்.

இதைப்பார்த்த சுத்தியலுக்கு ஆத்திரம் வந்துவிட்டது. 'நான் இல்லையென்றால் இவர்களால் வீட்டிற்குள்ளேயே வந்திருக்க முடியாது. ஆனால் அதை மறந்துவிட்டு உனக்குப் போய் மரியாதை கொடுக்கிறார்கள்' என்று சாவிக்கொத்தைப் பார்த்து மனம் குமுறியது.

அதற்கு அந்தச் சாவி கூறியது: 'நீ பூட்டின் மண்டையை உடைக்கிறாய். ஆனால் நானோ அதன் இதயத்தைத் திறக்கிறேன்.'

இதன் பொருள் என்னவென்றால் எல்லோரிடமும் அன்பாக இருக்கிறவர்களை எல்லோரும் விரும்புவார்கள். மற்றவர்களின் மண்டையை உடைக்கிற மாதிரி வேதனைப்படுத்துகிறவர்களுக்கு எப்படி மரியாதை கிடைக்கும்?

மனிதருக்கு மனிதர் மரியாதை கொடுப்பது அவசியம். அதிலும் பெற்றோருக்கும், குருநாதருக்கும் உரிய மரியாதை கொடுப்பது மிகமிக அவசியம்.

எவ்வளவு பெரிய பதவியில் இருந்தாலும், எவ்வளவு பெரிய கோடீஸ்வரராக இருந்தாலும் கல்விக் கண்ணைத் திறக்கும் குரு நாதருக்கு உடலாலும், உள்ளத்தாலும், செயலாலும் மரியாதை கொடுக்க வேண்டும் என்பது கட்டாயம்.

ஒரு குடியானவர், தனது கர்ப்பிணி மனைவிக்காக மாங்காய் தேடிச் சென்றான். மன்னரின் தோட்டத்தில் உள்ள மாமரத்தின் மீதேறி மாங்காய் பறிக்க முயற்சித்தான்.

அப்போது அங்கு வந்த மன்னர், 'கல்வி கற்பதற்கு இதுவே சரியான இடம்' என்று குருவிடம் சொல்லி அந்த மாமரத்திற்குக் கீழே நாற்காலியைப் போட்டு அமர்ந்தார்.

வேறு இருக்கை எதுவும் இல்லாத காரணத்தால் தரையில் அமர்ந்து பாடம் சொல்லிக் கொடுக்க ஆரம்பித்தார் குரு.

இந்தக் காட்சியை மாமரத்தின் மேலிருந்து பார்த்த அந்தக் குடியானவன் அடக்க முடியாமல் பெருங்குரலில் சிரித்துவிட்டான்.

திடீரென்று சிரிப்புச் சத்தம் வந்ததைப் பார்த்துத் திடுக்கிட்ட மன்னர், மேலே பார்த்தார். மரத்தில் இருந்த குடியானவனைக் கீழிறங்கி வரப் பணித்தார்.

'மரத்தில் எதற்காக ஏறினாய்? எங்களைப் பார்த்து ஏன் சிரித்தாய்?' என்று கோபமாகக் கேட்டார் மன்னர்.

'மன்னா! நீங்கள் உயரமான ஆசனத்தில் அமர்ந்திருக்கிறீர்கள். ஆனால் உங்களுக்குப் பாடம் சொல்லித்தரும் குருவோ தரையில் அமர்ந்திருக்கிறார். அதைப் பார்த்ததும் எனக்கு சிரிப்பு வந்துவிட்டது' என்றான்.

இதைக் கேட்டு திகைத்துப்போன மன்னர், உடனடியாக இருக்கையில் இருந்து எழுந்தார். குருவை அந்த நாற்காலியில் அமரும்படிக் கூறினார்.

இவ்வாறு தன் தவறைத் திருத்திக் கொண்டதோடு, அந்தக் குடியானவனுக்கு நிறைய மாங்காய்களையும் கொடுத்து அனுப்பினார்.

குரு என்பவர் பெற்றோருக்கு அடுத்து கண்கண்ட கடவுள். அவருக்கு உரிய மரியாதை அளிக்க வேண்டியது ஒவ்வொரு மாணவனின் கடமை. எத்தனை பெரிய பதவியில் இருந்தாலும் ஆசிரியருக்குப் பணிந்து மரியாதை செலுத்த வேண்டும்.

மதிப்புமிக்கவர்களுக்கு மரியாதை செலுத்துவது என்பது காலங்காலமாகப் பின்பற்றி வரும் பழக்கம்.

உலகில் உள்ள மனிதப் பிறவிகள் ஒவ்வொருவரும் மதிப்பு மிக்கவர்களே. அவர்கள் அனைவரும் மரியாதைக்குரியவர்களே.

அதேபோலத்தான் ஒவ்வொரு பொருளும் மதிப்புமிக்க பொருட்கள்தான். எந்தப் பொருளையும் அவமரியாதை செய்வது என்பது தவறானது.

உதாரணத்திற்கு செருப்பை எடுத்துக் கொள்வோம். கடைக்குச் சென்று வாங்கும்போதுகூட காலில் அணியும் செருப்புக்கு இவ்வளவு விலை கொடுப்பது தேவையில்லை என்றுதான் பொதுவாக எல்லோரும் சொல்வது உண்டு.

செருப்பு அணிந்துகொண்டு வீட்டிற்குள் நுழைந்துவிட்டால் எல்லோருமாகச் சேர்ந்து ஒரே குரலில் திட்டுவதைப் பார்க்கலாம்.

சில தலைவர்களைப் பார்க்கச் செல்லும்போது அவர் அறைக்குள் செருப்பு அணிந்து கொண்டு போனால் நம்மை உண்டு இல்லை என்று செய்துவிடுவார்கள்.

காலில் அணிவதால் செருப்புக்கு மரியாதையே கிடையாது. அதை இகழ்ச்சியோடுதான் பார்ப்பார்கள், பேசுவார்கள்.

விசேஷ வீட்டிற்குச் சென்றுவிட்டுத் திரும்பி வந்து பார்த்தால் செருப்பு காணாமல் போயிருக்கும். இது அடிக்கடி நடைபெறும் மாமூல் விஷயம்தான்.

செருப்பு அணியாமல் எப்படி சாலையைக் கடந்து செல்வது என்று ஒரு பதற்றம் வந்து தொற்றிக் கொள்ளும். அரை மணி

நேரம் ஆனாலும் செருப்புக் குவியல்களுக்குள் தேடுவீர்கள் பாருங்கள்...

அப்போதுதான் தெரியும் செருப்பின் அருமை!

செருப்பின் மதிப்பு!

சாலையைக் கடந்து சற்றுத் தொலைவில் உள்ள செருப்புக் கடைக்குச் சென்று புதிய செருப்பு ஒன்றை வாங்கிக் காலில் அணிவது வரை உடம்பெல்லாம் கூசிப்போகும்.

உங்கள் வாழ்க்கை மொத்தமும் அவமானப்பட்டுவிட்டதாக நினைத்து உள்ளம் பொங்கிக் குமுறும்.

அப்போது, அந்த நிமிடத்தில், அந்தச் சூழலில் உங்களுக்கு மிகமிக முக்கியமானது செருப்பாக மட்டுமே இருக்கும்.

எனவே எந்தவொரு பொருளையும் சாதாரணமாக நினைத்து குறைத்து மதிப்பிடுவது என்பது தவறு. எதையும் ஒதுக்கி வைப்பதோ, உதாசீனப்படுத்துவதோ, அவமரியாதை செய்வதோ மிகப் பெரும் பிழை.

சிலர் தங்களது மதிப்பு, மரியாதையை எந்த நிலையிலும் குறைந்து போய்விடக்கூடாது என்பதில் உறுதியாக இருப்பார்கள். அதிலும் தன்னைக் காட்டிலும் குறைந்த பதவியில் இருப்பவர்கள் முன்பாக அணு அளவும் தங்களது மரியாதை குறைந்துவிடக் கூடாது என்பதில் மிகவும் கவனமாக இருப்பார்கள்.

தமது மதிப்பு சரிவடைந்து போகாமல் இருப்பதற்காக, தங்கள் மதிப்பை இன்னும் அதிகமாக உயர்த்திக் காண்பிக்கத் தேவையற்ற முயற்சிகளைச் செய்வார்கள்.

கடைசியில் உண்மை வெளிப்படும் போது கோபுரத்தின் உச்சிவரை பறந்த மதிப்பு என்னும் அழகிய கொடி, சட்டென்று அறுந்து கீழே விழுந்து கேவலப்பட்டுவிடும்.

அது ஒரு சிறிய சந்து. நண்பகல் வேளை. வெயில் கொளுத்திக் கொண்டிருந்தது. அந்த இடத்தில் மக்கள் நடமாட்டமும் இல்லை.

காரை ஓட்டி வந்த நண்பர் அங்கே ஓரிடத்தில் நிறுத்திவிட்டு உறவினரைப் பார்ப்பதற்காகப் பக்கத்து வீட்டிற்குச் சென்றார். அவர் கார் ஓட்டுவதில் சமர்த்தர் என்று அனைவரிடமும் காட்டிக் கொள்பவர்.

சற்று நேரத்தில் திரும்பிவந்தபோது அந்தக் குறுகிய சந்தில்

லோடு ஏற்றப்பட்ட லாரி ஒன்று நின்றிருந்தது. பொருட்களை இறக்குவதற்காக அப்போதுதான் மேலே போர்த்தியிருந்த தார்ப்பாயை சிலர் அகற்றிக் கொண்டிருந்தார்கள்.

கார் ஓட்டுவதில் கெட்டிக்காரர் என்று பெருமை பேசிக் கொண்டிருந்த நண்பர், அங்கே தெருவை அடைத்துக் கொண்டு லாரி நின்றதால் சற்றுக் கலங்கிப் போனார்.

ரிவர்ஸ் எடுத்தார். வலதுபுறம் திருப்பினார். அப்புறம் ரிவர்ஸ் எடுத்தார். பிறகு இடதுபுறம் திருப்பினார். அதன்பிறகு ரிவர்ஸ். இப்படி குறைந்தது பத்து நிமிடங்களாவது ஏதேதோ முயற்சிகள் செய்து பார்த்தும் அவரால் அந்த லாரியைக் கடந்து வெளியே செல்ல முடியவில்லை.

அப்போது அந்தப் பக்கமாக வந்த ஒரு பெண்ணிடம், 'லாரியை இன்னும் கொஞ்சம் தள்ளி நிறுத்த முடியுமா என்று அதன் ஓட்டுநரிடம் எனக்காகக் கேளுங்களேன்' என்று கோரிக்கை வைத்தார்.

அந்தப் பெண் படிக்காத, வயதானவரைப்போலக் காட்சி அளித்தார். நேராக லாரி ஓட்டுநரிடம் போய், 'போக முடியாமல் அந்தக் கார் கஷ்டப்படுகிறது. அப்படியே இன்னும் கொஞ்சம் ஓரமாக விடு' என்று கூறினார்.

அதற்கு அந்த லாரி ஓட்டுநர், 'இவ்வளவு இடம் இருக்கிறது. இதில் போக முடியவில்லையா? நான் வேண்டுமானால் வந்து காரை இந்தப் பக்கமாக ஓட்டி வரட்டுமா?' என்று உதவும் மனப் பான்மையில் சற்றுக் கிண்டல் தொனிக்கக் கேட்டுவிட்டார்.

நண்பரின் முகம் சிறுத்துப் போயிவிட்டது. அவரது மரியாதை தவிடுபொடியாகிப் போனதுபோல பதறிப்போனார்.

'ஏம்மா! கார் ஓட்டத் தெரியாத மாதிரி என்னைக் கேவலப் படுத்திவிட்டாயே!' என்று அந்தப் பெண்மணியைக் கடிந்து கொண்டார்.

அப்புறம் காரை போதுமான இடம் இருந்த அதன் வழியே எளிதாகச் செலுத்திக் கொண்டே லாரி ஓட்டுநரைப் பார்த்து, 'லோடு இறக்கிவிட்டார்களா? ரிவர்ஸ் எடுக்கப் போகிறார்களா என்றுதான் அந்த அம்மாவிடம் கேட்கச் சொன்னேன். அவர்கள் வேறு மாதிரி கேட்டுவிட்டார்கள். தப்பாக நினைத்துக் கொள்ளாதீர்கள்' என்று அசடு வழிந்தார்.

அதாவது இவருக்கு சரியாகக் கார் ஓட்டத் தெரியவில்லை என்று அந்த லாரி ஓட்டுநர் நினைத்துவிடக்கூடாது என்பது மட்டும்தான் இவரது அப்போதைய கவலையாக இருந்தது.

லாரி ஓட்டுநர் இவரை மரியாதைக் குறைவாக நினைத்துவிடக் கூடாது.

ஆனால் அந்த ஓட்டுநர் என்ன சொன்னார் தெரியுமா?

'தார்ப்பாயே இப்போதுதான் அவிழ்க்கிறோம். அப்புறம் எப்படித் திரும்பிப் போறது?' என்று சொல்லி இவரைப் பார்த்து இன்னும் நக்கலாக சிரித்தார்.

நண்பருக்கோ அவமானம் இன்னும் அதிகமானது. தனது மதிப்பும், மரியாதையும் காற்றியில் பறப்பது அவரைக் கோபம் கொள்ளச் செய்தது.

அந்தக் கோபம் முழுவதும் அந்தப் பெண்மணி மீது திரும்பியது. 'என்னை அந்த லாரி டிரைவரிடம் கேவலமாக்கி விட்டது அந்த அம்மா' என்று திட்டிக்கொண்டே வந்தார் நண்பர்.

போலியான பெருமை!

போலியான மதிப்பு!

போலியான மரியாதை!

போலியான கௌரவம்!

எதற்கு இந்தப் போலித்தனம்?

தெரியாத ஒன்றைத் தெரியாது என்று சொல்வதால் ஒன்றும் கெட்டுப்போய்விடப் போவதில்லை.

அதேநேரத்தில் தெரியாததைத் தெரியும் என்று பெருமைக்கு ஒத்துக்கொள்வதுதான் மிகப் பெரிய தவறு. இவருக்குத் தெரியாது என்ற உண்மை தெரியவருகிறபோது, அதுவரை கிடைத்த அத்தனை மதிப்பு, மரியாதை அனைத்தும் நொறுங்கிப்போய்விடும்.

மரியாதை என்பது ஆடை அலங்காரத்தில் இருப்பதாகத்தான் பலரும் நம்புகின்றனர். ஒரு விழாவிற்குச் செல்லும்போது முக அலங்காரம் செய்வதற்கே பல மணி நேரத்தை விரயம் செய்கிறார்கள். ரொம்ப முக்கிய விழாவாக இருந்தால் விலை உயர்ந்த புத்தாடைகள் வாங்கி அணிவதுகூட சிலரின் வழக்கம்.

இப்படியெல்லாம் இருந்தால்தான் விழாவிற்கு வருபவர்கள் தங்களை மதிப்பார்கள் என்றும், தங்களுக்கு மரியாதை செலுத்து வார்கள் என்றும் அவர்கள் நம்புகின்றனர்.

ஒரு திருமண நிகழ்ச்சியில் நடந்த ஒரு நிகழ்வு இங்கே அவசியம் சொல்லப்பட்டே ஆக வேண்டும்.

அந்தத் திருமணம் எனது நண்பர் ஒருவருக்கு தூரத்து சொந்தம்தான். ஆனாலும் திருமண நிகழ்ச்சிக்கு சில திரைப்படத் துறையினர் வருவதற்கு வாய்ப்புகள் அதிகம் என்பதால் புத்தம்புது

ஆடைகள் வாங்க வேண்டும் என்று அவர் இளம் மனைவி அடம் பிடித்ததையடுத்து இவர் வாங்கிக் கொடுத்தார்.

அத்துடன் நில்லாமல் நிறைய மேக்கப் சாதனங்கள் வேறு. பியூட்டி பார்லருக்குப் போய் நிறைய மேக்கப் வேறு.

மேலும் ஏதோ ஒரு விலை கூடிய தங்க ஆபரணம்.

நண்பரின் தங்கையோ, தம்பியோ திருமணம் என்றால்கூட அவ்வளவு செலவு செய்திருக்க மாட்டார், அதைவிட அதிகமாக செலவு செய்தார்.

கடைசியில் திருமண நிகழ்ச்சியில் திரைப்படத் துறையைச் சேர்ந்த அதிகம் பிரபலமில்லாத யாரோ ஓரிருவர் மட்டுமே வந்திருந்தனர்.

அத்துடன் பெண்ணின் சித்தி, அதாவது அவரது அம்மாவின் உடன்பிறப்பு சாதாரண ஒரு புடவையை மட்டும் அணிந்து கொண்டு விழாவிற்கு வந்திருந்த அனைவரையும் வரவேற்றார். அவரிடம் பலரும் வலியச் சென்று பேசியதையும் பார்க்க முடிந்தது.

ஆனால் நண்பரின் மனைவி அதிகமாகச் செலவு செய்தும் அவரிடம் யாரோ ஓரிருவர் மட்டுமே வந்து நலம் விசாரித்துச் சென்றது மட்டுமே நடந்தது.

உடை அலங்காரங்களால் கிடைக்கும் மதிப்பு, மரியாதையைக் காட்டிலும் சிறந்த பண்பு, குணம், அன்பு ஆகியவற்றால் கிடைக்கும் மரியாதைதான் அதிகம். அந்த மரியாதைதான் நிலைத்து நிற்கவும் செய்யும்.

காந்தியடிகள் 'அரை நிர்வாண'மாகத்தான் இருந்தார். ஆனால் அவர் இன்றும் 'மகாத்மா' என்று அழைக்கப்படுகிறார்.

மிகப் பெரிய அறிஞர் ஒருவர் ஒருநாள் ஆற்றில் படகில் சென்று கொண்டிருந்தார். அவர் அறிஞர் மட்டுமல்ல, உலக நன்மைக்காகப் பாடுபடும் சிறந்த சேவகரும்கூட.

திடீரென்று படகு கவிழும் நிலை ஏற்பட்டது. ஒரேயொரு லைஃப் பெல்ட்தான் இருந்தது. ஆனால் படகில் இருந்தவர்கள் அதனை அறிஞர் அணிந்து உயிர் பிழைக்குமாறு கொடுத்து விட்டனர்.

'மாபெரும் அறிஞர். சிறந்த பொதுநல சேவகர். அவர் பல ஆண்டுகள் வாழ்ந்து மனித குலத்துக்குச் சேவைகள் நிறைய செய்ய வேண்டும்' என்று அவர்கள் அப்போது கூறினார்கள்.

உண்மையான மதிப்பு, மரியாதை என்பது இதுதான். உயிர் போகிற நிலையிலும் தனது உயிரைக் காட்டிலும் மதிப்புமிக்கதாக நினைப்பதுதான் உண்மையான மதிப்பு.

மனித குலத்தின் மாண்புகளில் ஒன்றுதான் மரியாதை என்பது. அறிமுகம் இல்லாத ஒருவரின் தொடர்புகூட, உடனே

அவர்மீது ஒரு மரியாதையை உண்டாக்கக் கூடும். பழகப் பழக இந்த மரியாதையானது மதிப்பாக மாறுகிறது

நல்ல பண்பு உடையவர்கள் பிறர் என்ன நினைப்பார்களோ என்று எண்ணிக் கவலைப்படாமல், தாங்களே நன்றாகச் சிந்தித்து, துன்பமில்லாத வகையில் செயல்படுவதால் மற்றவர்களிடம் மரியாதையை எதிர்பார்ப்பதில்லை.

ஒன்றை நாம் அனைவரும் புரிந்துகொள்ள வேண்டும்.

'மரியாதை என்பது கேட்டுப் பெறுவதல்ல. பிறரிடமிருந்து தானாக வர வேண்டும்.'

மரியாதை கலந்த கண்ணியமான பேச்சு மிக முக்கியம். அவ்வாறு மரியாதை இல்லாமல் பேசுவது கூடவேகூடாது. அதுவும் பிறர் முன்பாகத் தன்னைவிடப் பதவியில் குறைந்தவர்களையோ, வசதியில் குறைந்தவர்களையோ, வயதில் குறைந்தவர்களையோ ஒருமையில், அதிகாரத் தொனியில், எரிச்சலில் அழைத்துப் பேசுவது என்பது மரியாதைக் குறைவு என்றே கருதப்படும்.

இன்னும் சிலர் இதைவிட ஒரு படி அதிகமாகப்போய் இளக்காரமாகவும் அழைத்துப் பேசுவது மிகமிகத் தவறு.

மற்றவர்கள் முன்பாக இவ்வாறு பேசுகிறீர்கள். அதனால் அது பாதிக்கப்படுபவர்களின் சுயமரியாதையும், உணர்வும் வெகுவாகப் பாதிக்கப்படும் என்பதை உணரவேண்டும்.

ஏனென்றால் அவர்களும் மனிதர்கள்தானே?

அதேபோல சக நண்பர்கள் ஆனாலும், ஒரு துறை ஆனாலும் ஒரு விஷயத்தை முன்கூட்டியே முடிவு செய்துவிட்டு அதை அவர்களைக் கூட்டி அறிவிப்பது என்பது மரியாதை அற்ற செயல்.

அனைவரையும் அழைத்து ஒரு விஷயத்தைப் பற்றி நன்றாக விவாதித்து ஒரு முடிவு எடுப்பது என்பதுதான் சிறப்பானது.

வெறும் தகவல் சொல்வதற்காக அனைவரையும் அழைத்துப் பேசுவது என்பது அவர்கள் அனைவரையும் அவமரியாதை செய்வதாகத்தான் பொருள்படும்.

ஒருவேளை நீங்கள் அதிகாரமிக்கவராகவோ, வசதி வாய்ப்பில் அதிகமானவராகவோ இருந்தால் அதற்குப் பயந்து உங்களை எதிர்த்துப் பேசமாட்டார்கள். ஆனால் உள்ளுக்குள் குமுறிக் கொண்டுதான் இருப்பார்கள். தக்க சமயத்திற்காகக் காத்திருப்பார் கள். அதாவது நீங்கள் எப்போது இடறி விழுகிறீர்கள் என்று கவனித்துக் கொண்டிருப்பார்கள்.

அதுபோன்ற சந்தர்ப்பம் வாய்க்கும்போது உங்களை எந்த அளவு முடியுமோ அந்த அளவுக்கு அவமரியாதை செய்து விடுவார்கள்.

07

இனியொரு விதி

மகாகவி பாரதி கோபக்காரர்.

அவருக்குப் பொய், பித்தலாட்டம் பிடிக்காது. ஏமாற்றுவது பிடிக்காது. அவற்றை செய்பவர்களையும் பிடிக்காது.

அதற்காகக் கோபப்படும் புரட்சியாளர் பாரதி.

அதனால்தான், 'இனியொரு விதி செய்வோம்' என்றார். ஆனால் அப்படிப்பட்ட புதிய விதியை நாம் பேச்சிலும், எழுத்திலும் மட்டும்தான் செய்து வருகிறோமே தவிர, செயலில் அப்படியே பின்தங்கித்தான் இருக்கிறோம்.

இனியாவது

கடந்த காலச்

செருப்புக்களைக்
கழற்றி எறிவோம்.
எதிர்காலத்திற்கான
சிறகுகளைச் சேகரிப்போம்!

என்கிறார் மு.மேத்தா.

ஆனால் நாம் செருப்புக்களைக் கழற்றி எறியவும் தயாராக இல்லை.

சிறகுகளைச் சேகரிக்கவும் முயற்சிக்கவில்லை.

அதனால்தான் மேத்தா போன்ற கவிஞர்கள் இன்னும் அதை நமக்கு மீண்டும் மீண்டும் நினைவூட்டிக் கொண்டே இருக்கிறார்கள்.

வாழ்வது ஒருமுறை
வாழ்த்தட்டும் தலைமுறை.
முடிந்தால் வாழவைத்து வாழுங்கள்;
இல்லையென்றால்
வாழ விட்டு வாழுங்கள்
அது போதும்.

எங்கோ படித்த புதுக்கவிதை இது.

'முடிந்தால் வாழ வைத்து வாழுங்கள், இல்லையென்றால் வாழ விட்டு வாழுங்கள்' என்பது விரக்தியின் வெளிப்பாடாகவே தெரிகிறது.

விரக்தி ஏன் வருகிறது?

எத்தனையோ முறை சொல்லியும், எழுதியும் மீண்டும் மீண் டும் அதே தவறையே செய்து கொண்டிருப்பதுதான் விரக்திக்குக் காரணமாக அமைகிறது.

மனிதகுல வளர்ச்சிக்கும், மேன்மைக்கும் இன்று முக்கியமாகத் தேவைப்படுவது 'இனியொரு விதி செய்வோம்.'

இருப்பதில் திருப்தி அடைந்துவிட்டால் அடுத்த கட்டத்தை நோக்கி நகரவேண்டும் என்ற ஆசை எழாது.

முன்னேற வேண்டும் என்ற துடிப்பு, ஆசை மீதுதான் கட்டப் படுகிறது.

அவ்வாறு முன்னேறத் துடிக்கும்போது அதற்கான புதுவழி என்னவென்ற தேடல் வேண்டும்.

அத்தகைய தேடல் ஆரம்பத்திலேயே மிகச் சரியானதாக அமைந்துவிடுவது கிடையாது.

அந்தத் தேடல் சரியானதுதானா என்பதைத் தெரிந்து கொள்ளாமலேயே அடுத்த அடியை எடுத்து வைத்தால் தவறி விழுவதற்கும் நிறைய சந்தர்ப்பங்கள் உண்டு.

அந்தத் தவறில் இருந்து இன்னும் நிறைய படிப்பினை கிடைக்கிறது. புதிய வழிமுறைகளைப் பற்றி மேலும் ஆழமாகச் சிந்தித்து இன்னொரு புதிய தேடலை மேற்கொள்கிறது.

எப்படியோ தேடல்கள் ஒவ்வொருவருக்கும் இருந்து கொண்டே இருக்க வேண்டும்.

'இனியொரு விதி செய்வோம்' என்ற பாரதியின் வரிகளை மனதில் நன்றாக மனப்பாடம் செய்தால் மட்டுமே புதிய தேடலுக்கான ஆர்வம் வரும்.

வாழும்போது ஒரு மரத்தைப் போன்று வாழ வேண்டும்.

மரம் உணர்ச்சியற்றது. எனவே நாமும் உணர்ச்சியற்றவர் களாக வாழ வேண்டுமா என்று குதர்க்கமாகக் கேட்கக்கூடாது.

ஒரு மரம் எப்படிப்பட்டது?

அது என்னவிதமான பயன்களைத் தருகிறது?

இதை எண்ணிப் பார்க்க வேண்டும்.

கோடைகாலத்தில் நிழல் தருகிறது.

பயிர்களுக்கு உரமாகப் பசுந்தழைகளைத் தருகிறது.

கால்நடைகளுக்குத் தீவனமாகப் பயன்படுகிறது.

அடுப்பெரிக்க விறகுகளாக அமைகிறது.

வீடு போன்ற கட்டிடங்கள் கட்டுவதற்குத் தேவைப்படுகிறது.

மருந்துப் பொருட்களாகவும் பயன்படுகிறது.

எண்ணெய் தயாரிக்கப் பயன்படுகிறது.

காகிதம் தயாரிக்க உபயோகப்படுகிறது.

தீப்பெட்டித் தொழிலுக்கு, தோல் பதனிடும் தொழிலுக்கு, மை தயாரிக்க உதவியாக இருக்கிறது.

குளக்கரையில் நடுவதற்குப் பயனாக அமைகிறது.

பள்ளிகளில் சாலையோரங்களில் வளர்ப்பதற்கு உதவுகிறது.

மேஜை, நாற்காலி போன்ற மரச்சாமான்கள் தயாரிப்புக்குப் பயன்படுகிறது.

இப்படி மரத்தின் பயனை நாம் அடுக்கிக் கொண்டே போகலாம்.

அதிலும் மிக முக்கியமாக மரங்கள் கரியமில வாயுவை உட்கொண்டு நமக்கு ஆக்சிஜனைத் தருகிறது.

இப்படி ஏராளமான பயன்களை அள்ளித்தந்துவரும் மரத்தை மனசாட்சியே இல்லாமல் நாம் வெட்டிச் சாய்க்கும்போதும் அது நமக்கு நன்மையைத்தான் தருகிறது.

அதைச் சுட்டு கரியாக்கி எரித்தாலும் இந்த மண்ணுக்கு உரமாக அமைந்து தனது நன்றிக்கடனைச் செலுத்துகிறது.

மரம் ஓரறிவு மட்டுமே படைத்தது.

ஆனால் மனிதர்களாகிய நாமோ ஆறறிவு படைத்தவர்கள்.

ஆனால் அந்த மரத்திற்கு இருக்கும் மாண்பு மனிதர்களாகிய நமக்கு இல்லை.

நாம் நம்மைப் பற்றியும், நம் குடும்பத்தைப் பற்றியும் மட்டுமே அக்கறை கொண்டவர்களாக இருக்கிறோம்.

மற்றவர்களைப் பற்றிய எண்ணமே இல்லாமல் நம்மிடம் 'சுயம்' மட்டுமே பரவிக்கிடக்கிறது.

மற்றவர்களைப் பற்றி சிந்திக்கவும் தயாராக இல்லை.

தன்னலம் மட்டுமே இருப்பது தவறு என்று கற்றுக் கொடுத்தால், அதை ஏற்றுக்கொள்ளும் மனப்பக்குவம் கிடையாது.

ஏதாவது ஒரு நல்ல விஷயத்தைச் சொன்னால் அதெல்லாம் முடியாது என்று சட்டென்று மறுக்கும் குணம்தான் பலரிடமும் காணப்படுகிறது.

'முடியாது என்று ஒருவர் சொல்வதை எல்லாம், யாரோ ஒருவர் எங்கோ செய்து கொண்டிருக்கிறார்.'

அவரால் மட்டும் எப்படி முடிகிறது?

அவர் தனது மனதில் நேர்மறை எண்ணங்களை நிரப்பி வைத்துக் கொண்டிருப்பதால் அவரால் சாதிக்க முடிகிறது.

'முடியும் என்று நம்பி துவங்க வேண்டும். அச்செயலைச் செய்யச் செய்ய மனம் உறுதிப்படும், தளர்வு தள்ளிப் போகும். அனைத்தும் சாத்தியமாகும்.'

புதிய விதியை நாம் எழுதியே ஆக வேண்டும் என்ற உறுதியோடு எழுந்தால் வெற்றி நிச்சயம்.

வெறுமனே வாழ்க்கையை வாழ்ந்துவிட்டுப் போவதால் என்ன பயன் இருக்கிறது?

அவர் இறந்த பிறகு மண்ணில் புதைக்கப்படும் ஒரு அர்த்த மற்ற வாழ்வை வாழ்வதால் என்ன பயன்?

பறவைகள், மிருகங்கள், மனிதர்களும் கூட,
வாழ்க்கையையும் மரணத்தையும் கடக்கின்றனர்.
இதைப் பற்றிய அறிவு இல்லையென்றால்
பிறகு, எப்படி நீங்கள் மனிதராவீர்கள்?

1800களில் எழுதப்பட்ட கவிதை இது.

இதை எழுதியவர் ஒரு பெண்மணி.

நம்ப முடிகிறதா உங்களால்?

பெண்களுக்குக் கருத்து சுதந்திரம் உட்பட எந்தவிதமான சுதந்திரமும் மறுக்கப்பட்டிருந்த ஒரு காலக்கட்டத்தில் ஒரு பெண்மணி இப்படியொரு கவிதையை எழுதினார் என்பதே மாபெரும் புரட்சிதானே!

1831ஆம் ஆண்டு பூனே அருகில் உள்ள நைகோன் என்னும் இடத்தில் பிறந்தவர் சாவித்திரிபாய்.

அவரது 13வது வயதில் ஜோதிராவ் பூலே என்பவரை மணந்தார்.

இதன்பிறகு சாவித்திரி பாய் ஜோதிராவ் பூலே என்று அழைக்கப்பட்ட அவர், இந்தியாவின் முதல் பெண் ஆசிரியர் என்னும் பெருமையைப் பெற்றார். அத்துடன் பெண்களுக்காக முதல் பள்ளியை நிறுவினார்.

அன்றைய காலக்கட்டத்தில் பெண்களுக்கான உரிமைகள் எதுவும் வழங்கப்படவில்லை. அவர்கள் அடிமைகளைப்போலவே நடத்தப்பட்டு வந்தனர்.

கணவன் இறந்தால் உடன்கட்டை ஏறித் தங்கள் இன்னுயிரை மாய்த்துக் கொள்ள வேண்டும் என்ற கொடிய சம்பிரதாயம் நிலவியது.

இப்படிப்பட்ட நிலையில் பள்ளிக்கூடத்திற்கு சாவித்திரிபாய் செல்லும்போது சில இடையூறுகள் நிகழ்ந்தன. அதுகுறித்து தனது கணவருக்கு அவர் ஒரு கடிதம் எழுதினார்.

'நான் பள்ளிக்குச் செல்லும்போது சிலர் என் மீது கற்கள், சாணம், அழுகிய தக்காளி, சேறு போன்றவற்றை வீசுகிறார்கள்.

சாவித்திரி பாய் ஜோதிராவ் பூலே

அதனால் எனது புடவை அழுக்குப் படிந்துவிடுகிறது. அந்தப் புடவையோடு மாணவிகள் முன்பாக நின்று பாடம் போதிக்க எனக்குச் சங்கடமாக இருக்கிறது' என்று அதில் குறிப்பிட்டிருந்தார்.

அதற்குப் பதிலளித்த அவரது கணவர் பூலே, 'பள்ளிக்குச் செல்லும்போது பழைய புடவையைக் கட்டிக்கொண்டு செல். அங்கு சென்ற பிறகு நல்ல புடவையை அணிந்துகொள்' என்று எழுதி இருந்தார்.

அன்றுமுதல் தினமும் ஒரு நல்ல புடவையைத் தன்னுடன் எடுத்துச் செல்வதை வழக்கமாகக் கொண்டிருந்தார் சாவித்திரிபாய்..

தன்னை அவமானப்படுத்துபவர்களிடம், 'என் சகோதரி களுக்குக் கல்வி கற்றுக் கொடுக்கும் புனிதமான பணிக்குச் செல்லும்

போது நீங்கள் என் மீது வீசும் கற்களும், சாணமும், சேறும் மலர்களாகத்தான் என் பாதத்தில் விழுகின்றன. உங்களைக் கடவுள் ஆசீர்வதிப்பாராக' என்று ஒரு சிறு புன்முறுவலுடன் கூறிவிட்டுக் கடந்து செல்வார் சாவித்திரிபாய்.

1890ஆம் ஆண்டு அவரது கணவர் ஜோதிராவ் பூலே இறந்த போது அவரது இறுதிச் சடங்குகளைத் தானே முன்னின்று நடத்தினார் சாவித்திரிபாய்.

இந்திய வரலாற்றிலேயே ஒரு பெண் இறுதிச் சடங்குகளைச் செய்தது அதுவே முதல்முறை.

பெண்களின் அடிப்படை உரிமைகள்கூட மறுக்கப்பட்ட மிக மோசமான ஒரு காலக்கட்டத்தில் அத்தனை சாஸ்திர சம்பிரதாயங் களையும், விதிமுறைகளையும் உடைத்தெறிந்து, 'இனியொரு விதி செய்வோம்' என்று வாழ்ந்து காட்டியவர் சாவித்திரிபாய்.

நல்ல மாற்றத்தை விதைத்த வீரப் பெண்மணி.

இவரது வாழ்க்கை முழுவதுமே இந்த சமூக நலனுக்காகவே அர்ப்பணிக்கப்பட்டது என்பது மறுக்க முடியாத உண்மை.

அப்படித்தான் நம் வாழ்க்கையின் முன்னேற்றத்திற்கும், சமூக சேவைக்கும் தடைக்கல்லாக இருப்பவைகளை, 'இனியொரு விதி செய்வோம்' என்று உடைத்தெறிந்து புதிய அத்தியாயத்தைப் படைப்பது நம் அனைவரின் கடமை.

கணவருடன் சாவித்திரி பாய் ஜோதிராவ் பூலே

தோல்வியடைந்த மனிதர்களை ஆழமாக ஆராய்ந்து பார்த்தால் அவர்களிடம் மூன்று குணாதிசயங்கள் இருப்பதைக் கண்டிப்பாகக் காண முடியும்.

முதலாவது, சாதனை புரிந்தே தீர வேண்டும் என்ற வெறி இருப்பதில்லை.

இந்தத் தீவிரம் இல்லாதவர்களிடம் எத்தனை திறமை இருந்தாலும் அவர்கள் பிரகாசிப்பதில்லை.

இரண்டாவது, அவர்களின் செயல்பாடுகள் சீராகவும், தொடர்ச்சியாகவும் ஒரே விஷயத்தில் இருப்பதில்லை.

இன்று ஒன்றில் ஆர்வமாக இருப்பவர்கள், நாளை வேறொன்றில் தீவிரம் காட்டுவார்கள்.

சில நாட்களில் மீண்டும் புதிதாக வேறொன்றின் மீது ஆர்வமாக இருப்பார்கள்.

இப்படி வெற்றிக்கான நோக்கத்தை மாற்றிக் கொண்டே இருப்பார்கள்.

மூன்றாவது, வெற்றி வரும்வரை பொறுமையாகத் தாக்குப் பிடித்து நிற்பதில்லை.

தற்காலிகத் தோல்விகளுக்குப் பயந்து பின்வாங்கி விடுவார்கள்.

தற்காலிகத் தடங்கல்களும், நிராகரிப்புகளும், தோல்விகளும் முயற்சிகளைக் கைவிட அவர்களுக்குப் போதுமானவையாக இருக்கும்.

இந்த மூன்று தவறுகளையும் வெற்றியாளர்கள் செய்வதில்லை.

இந்த உண்மையை வெற்றியாளர்களின் வாழ்க்கை அனுபவங்களில் இருந்து நம்மால் புரிந்து கொள்ள முடியும்.

ஒரு முயற்சியில் வெற்றியடைய வேண்டும் என்று விரும்பினால் அதில் எந்த அளவுக்கு உறுதியாக நிற்க வேண்டும், கவனம் எள் முனையளவும் சிதைந்து போகாமல் இருக்க வேண்டும் என்பதற்கு உதாரணமாகத் திகழ்பவர் பிலைய்ஸ் பாஸ்கல் என்ற கணித மேதை.

1623ஆம் ஆண்டு பிரான்ஸ் நாட்டில் பிறந்த பாஸ்கல், மூன்று வயதிலேயே தாயை இழந்தார்.

அதனால் உடல்நலம் பெருமளவு பாதிக்கப்பட்டார்.

கணித மேதை பாஸ்கல்

பாஸ்கல் நீண்ட நாட்கள் உயிர் வாழமாட்டார் என்று மருத்துவர்களும், ஜோதிடர்களும் கூறினர்.

அதனால் அவரைச் செல்லம் கொடுத்து வளர்த்தார் நீதிபதியாக இருந்த அவரது தந்தை.

அறிவுக்கூர்மையுடன் திகழ்ந்த பாஸ்கல் சட்ட மேதையாக வளர வேண்டும் என்று அவர் தந்தை விரும்பினார்.

ஆனால் பிறப்பிலேயே கணித ஞானம் கொண்டிருந்த பாஸ்கல் முழுநேரமும் கணிதக் கோட்பாடுகளிலேயே ஆர்வமாக இருந்தார்.

எத்தனை அறிவுரை கூறியும் பாஸ்கல் மனம் மாறவில்லை.

எனவே எரிச்சலடைந்த அவரது தந்தை சட்டப்புத்தகம் மட்டுமே நிறைந்த அறையில் அவரைப் பூட்டி வைத்தார்.

அதன்பிறகும் சட்டப்புத்தகத்தைப் படிக்காமல் கணிதக் கோட்பாடுகளையே பாஸ்கல் எழுதினார்.

வெறுப்புற்ற அவர் தந்தை அங்கிருந்த எழுத்துக் கருவிகள், பேப்பர் என அனைத்தையும் அப்புறப்படுத்தினார்.

ஆனாலும் பாஸ்கல் கொஞ்சமும் மனம் தளராமல் கரித்துண்டு, சாக்பீஸ் போன்றவற்றைக் கொண்டு தரையில் கணிதக்கோட்பாடுகளை எழுதிப் பார்த்தார்.

கடைசியில் தன் கொள்கையை விட்டுக்கொடுக்க வேண்டிய கட்டாயத்திற்கு ஆளானார் அவரது தந்தை.

மகனின் பிடிவாதமும், கணிதத்தின் மீதிருந்த ஆர்வமும், விடா முயற்சியும் தந்தையின் அழுத்தமான மன விருப்பத்தை மாற்றியது என்பதே உண்மை.

பதினாறு வயதிலேயே கணித வடிவியலில் பெரிய சாதனையாகக் கருதப்படும் கூம்பு வெட்டுகளைப் பற்றி நீண்ட கட்டுரை எழுதினார் பாஸ்கல்.

அதைப்புரிந்து கொள்ள முடியாத ஆசிரியர்கள் அவரைக் கேலி செய்தனர். ஏதோ விவரம் இல்லாமல், முட்டாள்தனமாகப் புதிய முயற்சியில் ஈடுபட்டுள்ளதாகக் கிண்டல் செய்தார்கள்.

ஆனால் எதைப்பற்றியும் கவலைப்படாமல் தனது ஆராய்ச்சிகளைத் தொடர்ந்து செய்துகொண்டே இருந்தார்.

தனது முயற்சியில் எந்தவிதமான தளர்வும் இல்லாமல் கவனமாக முன்னேறிக் கொண்டே இருந்தார் பாஸ்கல்.

அன்று அவர் கண்டுபிடித்த கோட்பாடுகள் தான் “பாஸ்கல் தேற்றம்“ என்ற பெயரில் இன்றும் நடைமுறையில் இருக்கிறது.

கணிதத்தில் முக்கிய மையப்புள்ளி இது என்றால் அது நிச்சயம் மிகையாகாது.

தற்போது பிரபலமாகி இருக்கும் கால்குலேட்டர் கண்டுபிடிப்பில் முக்கிய பங்களிப்புடன் திகழ்ந்த பாஸ்கல் 39வது வயதில் மரணத்தைத் தழுவினார்.

பாஸ்கல் தனது குறிக்கோளையும், எதிர்காலத்தையும் யாருக்காகவும், எதற்காகவும் விட்டுக் கொடுக்கவில்லை.

தோல்வி, கிண்டல் போன்ற சான்றிதழ்களை இந்தச் சமூகம் அவருக்குக் கொடுத்தாலும் அதையும் அவர் பொருட்படுத்தவில்லை.

'இனியொரு விதி செய்வோம்' என்பதையே அவரது தாரக மந்திரமாக்கிக் கொண்டார்.

எப்படியும் வெற்றி கிடைக்கும் என்ற நம்பிக்கையில் தன்னுடைய விதியைத் தானே தீர்மானித்துக் கொண்டார்.

வெற்றிப் பயணத்தின்போது தடங்கல்கள், தோல்விகள் என்பது சகஜம்.

இதை மனப்பூர்வமாக ஏற்றுக்கொண்டு தனது முயற்சியில் கிஞ்சித்தும் ஈடுபாடு குறையாமல் தொடர்ந்து பயணப்பட்டுக் கொண்டே இருந்தால் வெற்றி நிச்சயம்.

'இனியொரு விதி செய்வோம்.'

■

ஆசிரியரின் பிறநூல்கள்

தமிழ்ச் சான்றோர்கள்

வெற்றிக் கனியைப் பறிக்கலாம் வாங்க

வாழ்ந்து காட்டுவோம்

மனித உறவுகள் மேம்பட

அன்பை விதைத்திடுங்கள்

வெற்றி பெறு. விண்ணைத் தொடு

நல்ல நட்பு

www.ingramcontent.com/pod-product-compliance
Lightning Source LLC
LaVergne TN
LVHW100556051026
849519LV00003B/986
* 9 7 8 9 3 8 7 6 5 5 5 6 0 *